आनंदाची दैनंदिनी

डॉ. रेखा शेट्टी (पी.एच.डी.) या 'माइंडपॉवर' ब्रँडच्या संस्थापक आहेत. तसेच गेली २१ वर्षे आनंदी जीवनात समतोल राखण्याचे कार्यक्रम व सृजनात्मक प्रकल्पांमध्ये काम करणाऱ्या 'फारस्टार डिस्ट्रिब्युशन नेटवर्क लि.' या कंपनीच्या त्या मॅनेजिंग डायरेक्टर आहेत. त्या भारतातील ख्यातनाम कंपन्यांसाठी सल्लागार म्हणून काम करतात, तसेच शुद्ध पाणी आणि लोकसंख्याप्रश्नावरही सामाजिक उपक्रमांमध्ये सहभागी होतात. 'रोटरी इंटरनॅशनल' या समूहाच्या आशियामधील त्या पहिल्या महिला प्रांतपाल आहेत. रोटरीच्या 'सर्व्हिस अबव्ह सेल्फ' या पुरस्काराच्या त्या मानकरी ठरल्या आहेत.

डॉ. रेखा शेट्टी यांची 'द वे टु अ हेल्दी हार्ट : द झीरो हार्ट अटॅक पाथ', 'पोर्टेबल रूट्स', 'कॉर्पोरेट स्ट्रॅटेजी : माइंड्स पॉवर इनोव्हेशन', 'इनोव्हेट! नाइन्टी डेज टु ट्रान्स्फॉर्म युवर बिझनेस', 'द हॅपीनेस कोशंट', 'इनोव्हेशन सिक्रेट्स ऑफ इंडियन सी.ई.ओ.', 'इनोव्हेट हॅपिली अँड इनोव्हेशन सूत्रा' ही पुस्तकेही प्रकाशित झाली आहेत. त्यांच्या कल्पना जवळजवळ तीस देशांमध्ये राबवल्या जातात.

डॉ. रेखा शेट्टी यांच्याशी तुम्ही rekhashetty123@gmail.com किंवा rekha.shetty@mindspower.com या पत्त्यावर संपर्क साधू शकता. तसेच http://innovation90days.blogspot.com आणि http://thehappinesquotient123.blogspot.com या संकेतस्थळाला भेट देऊ शकता. http://www.facebook.com/authorrekhashetty या फेसबुक पेजला भेट द्या किंवा twitter@drrekhashetty यावर त्यांना फॉलो करा.

आनंदाची दैनंदिनी

वाट सुखा-समाधानाची

डॉ. रेखा शेट्टी

अनुवाद : डॉ. श्रुती पानसे

VISHWAKARMA
PUBLICATIONS
VP

आनंदाची दैनंदिनी

Everyday Happiness Mantras

Published by
Rupa Publications India Pvt. Ltd. 2015

ISBN : 978-93-85665-08-0

प्रथमावृत्ती :ऑगस्ट २०१६

© डॉ. रेखा शेट्टी २०१५

प्रकाशक : विश्वकर्मा पब्लिकेशन्स
२८३, बुधवार पेठ, सिटी पोस्टाजवळ,
पुणे ४११००२.
फोन : ०२०-२०२६११५७/२४४४८९८९
info@vpindia.co.in
www.vpindia.co.in

अनुवाद : डॉ. श्रुती पानसे
समन्वयक : योगिता वैद्य
विशेष सहाय्य : पूर्वा फुलंब्रीकर
मानसी दांडेकर, अश्विनी कनशेट्टी
मुखपृष्ठ : अभिषेक दरेकर
मांडणी : राजेश बारड

अर्पण पत्रिका

आनंदी आयुष्याचा पर्याय आपल्याला निवडता येतो हे नव्वद वर्षाचं स्वत:चं उदाहरण बनून दाखवून देणारे माझे वडील रोटेरियन भोजा शेट्टी यांना आणि या सुंदर विश्वातील मौन गुपितं जिने माझ्या मनाला दाखवली त्या माझ्या आईला सविनय अर्पण!

अनुक्रमणिका

हे पुस्तक कसं वापराल

प्रिय वाचक,

खरंखुरं आनंदात जगणं सोपं असतं, हे तुम्हाला पुस्तक वाचून नक्कीच पटेल. हे पुस्तक म्हणजे एक वर्षाची मार्गदर्शिका आहे. डायरीच म्हणा ना! हे पुस्तक जेव्हा विकत घ्याल त्या महिन्याचं पान उघडा. त्याच आठवड्यापासून पुस्तक वापरायला सुरुवात करा. मनापासून समाधान मिळवायचं असेल तर काही एक योजना आखण्याची निश्चितच गरज असते. हे लक्षात घेऊन वर्षातल्या ५२ आठवड्यांसाठीची योजना पुस्तकात दिली आहे. आत्ता जो आठवडा चालू आहे, त्याच्या पुढच्या आठवड्यातली तारीख काढा. वाचा आणि आधीच्या आठवड्याच्या शेवटच्या पानावर तुमच्या योजना लिहून काढा. त्यासाठी तिथे जागा ठेवलेली आहे. एवढं नियमाने केलंत तर हळूहळू तुमच्या लक्षात येईल की आपण खरोखरच मनातून समाधानी होतोय. आपल्याला खूप छान वाटतं आहे.

आनंद ही एकट्या दुकट्याने मिळवायची गोष्टच नाही. आपले मित्र - आपलं कुटुंब या सगळ्यांसह मिळवायची असते 'खुशीकी मंझिल'. या मंझिलकडे जाणारा एक छानसा रस्ता नक्कीच असतो. 'द हॅपीनेस कोशंट' या माझ्या पुस्तकात याचीच रीतसर मांडणी केलेली आहे. तुम्हीही या आनंद-प्रकल्पात सहभागी व्हा. एकमेकांना छान मदत करत, समाधानी आयुष्याकडे वाटचाल करण्यासाठी हे पुस्तक वापरा. तुम्ही हे पुस्तक वाचालच; एखाद्या संस्थेतल्या कर्मचाऱ्यांनाही हे पुस्तक वापरता येईल. एक वर्षाची योजना केली तर त्यातल्या प्रत्येक आठवड्यात तुम्हाला भेटणारा, आनंदाच्या वाटेवरचा तुमचा मित्र म्हणजेच हे पुस्तक.

तसंच, माझ्या वेबसाईटला www.mindspower.com ला भेट द्या. तिथे फ्री डाऊनलोडही उपलब्ध आहे.

तुमच्या सर्वांच्या आगामी आनंदी वर्षासाठी माझ्यातर्फे खूप खूप शुभेच्छा !

खूप खुश राहा!

- डॉ. रेखा शेट्टी

पहिला आठवडा

२२ ते २८ डिसेंबर

संवादाची ताकद आत्मसात करा!

असं म्हणतात की तीन सफरचंदांनी जगात बदल घडवला. ॲडमने ईव्हला दिलं ते पहिलं सफरचंद. न्यूटनने झाडावरून पडताना पाहिलं ते दुसरं सफरचंद. यातूनच गुरुत्वाकर्षणाचा शोध लागला. स्टीव्ह जॉब्जचं तिसरं सफरचंद म्हणजेच ॲपल डिव्हायसेस.

आता तर सफरचंदाकडून प्रसिद्धीचा झोत दुसऱ्या एका फळाकडे गेला आहे, ते म्हणजे ब्लॅकबेरी! कम्युनिकेशनची वेगळी दृष्टी देणारा ब्लॅकबेरी. सध्याच्या डिजिटल मीडियाने खरोखर माणसांमाणसातलं अंतर कमी केलंय. किती तरी बातम्या आपल्यापर्यंत पोहोचवल्या आहेत. उदाहरणच द्यायचं झालं, तर 'आप'चा जोरदार उदय आणि अस्त आपल्यापर्यंत घरबसल्या पोहोचवला. पंतप्रधान नरेंद्र मोदी यांनी घडवलेल्या मीडियासॅव्ही 'चाय पे चर्चा'च्या जोरावर ते निवडून आले यात कोणाला आश्चर्य वाटलं नाही. लिबिया आणि इजिप्त यांच्यामधील एकछत्री अंमल संपुष्टात येण्यात इंटरनेट आणि फेसबुक यांची महत्त्वाची भूमिका होती. केवळ काही आठवड्यात अण्णा हजारे हे नाव घराघरांत

पोहोचलं. 'कोलावेरी' हे गाणं जगभरात व्हायरल झालं. इतकं, की जपानचे पंतप्रधानही या गाण्याचे फॅन झाले. ते जेव्हा दिल्लीला आले होते तेव्हा गायक-नायक धनुषबरोबर त्यांनी वेळ घालवला, एकत्र जेवण घेतलं. हे गाणं नंतर अनेक भाषा आणि बोलींमध्ये गेलं. लोकांनी या गाण्याला आपलंसं करून आपापल्या पद्धतीने सादर केलं. तरुणांना अर्थातच भाषेची गरज नसते. त्यांना चांगल गाणं हवं असतं.

ॲपल आणि ब्लॅकबेरी ही नुसती फळं होती तेव्हाच जगाचं जरा बरं चाललं होतं, असं समजणारे काही लोक आहेत. पण हेही लक्षात घ्यायला हवं, की एकमेकांशी 'आत्ताच्या आत्ता' संवाद साधण्याची गरज असते, ही वस्तुस्थिती आहेच. म्हणूनच इंटरनेटची हीच क्षमता आपण आता चांगल्या कामासाठी वापरू या. या माध्यमातून प्रेम, शांती आणि आनंदाचे संदेश व्हायरल करू या. कुटुंबांना एकत्र आणू या. आपली मैत्री अधिकाधिक घट्ट करण्यासाठी याचा वापर करू या. आयपॅड्स वापरू यात ते सुंदर गोष्टी शेअर करून आयुष्य शांततापूर्ण करण्यासाठी. हे लक्षात ठेवू या, की फक्त प्रेमच अशी भावना आहे ज्यावर कसल्याही मंदीचं संकट येऊ शकत नाही. या नव्या तंत्रज्ञानाला नाही म्हणणं म्हणजे पाण्यात बुडण्याची भीती वाटते म्हणून पाण्यालाच नाही म्हणण्यासारखं आहे.

गांधीजींची हत्या झाली. साईबाबा गेले. एम. एफ. हुसेन गेले. केनियामध्ये झाडं लावून तिथे नवा भूगोल घडवणारे वांगारी मथाई गेले. डिजिटल क्रांती करणारे स्टीव्ह जॉब्ज गेले... पण वाळूच्या या कालपटलावर त्यांच्या पावलांच्या खुणा आजही आहेत. त्यांच्याकडून काही शिकू या, प्रोत्साहन घेऊ या. आपण स्वत:कडून कधीच फारशा अपेक्षा करण्याच्या फंदात पडत नाही, पण आता तेही करू या. थोडं मोठं होऊ या. वेगळा, जास्त चांगला विचार करू या.

आपण अनेक प्रकारे संवाद साधत असतो. कधी शब्दाने, कधी शब्दाशिवाय. कधी तर नुसते हावभावच संवादाचं काम करून जातात. अर्थ पोहोचवण्याचं फक्त २० टक्के कामच शब्द करत असतात. बाकी काम शब्दांविनाच होतं. तर आता आपण स्वत:चा एक ब्रँड बनवण्याच्या कामाला लागू या. जे जे स्नेही आपल्याला ओळखतात त्यांच्या मनात आपली प्रतिमा, त्यांचा आपल्याबद्दलचा दृष्टिकोन, भावना निर्माण करा.

काही वर्षांपूर्वी 'द आर्टिस्ट' या कृष्णधवल रंगातील व जवळपास मूकपट असलेल्या चित्रपटाला ऑस्कर पुरस्कार मिळाला. यातला हीरो एक नावाजलेला

मूक अभिनेता असतो. हा असा अभिनेता असतो, ज्याला 'टॉकीज' संस्कृतीकडे झटपट वळता येत नाही. त्यामुळे तो मागे पडतो. त्याला वाटत असतं, की सिनेमाच्या हीरोने 'बोललेलं' लोकांना कधीच आवडणार नाही. एक वेगळाच दृष्टिकोन सिनेमाने दाखवला.

'कोडॅक' हा ब्रँड आपल्या चांगलाच माहितीचा आहे. 'तुम्ही फक्त बटन दाबा.. पुढचं काम आमच्यावर सोपवा' असं त्यांचं घोषवाक्य होतं. पण कोडॅकला अखेर आपली दिवाळखोरी जाहीर करावी लागली, कारण त्यांना डिजिटल क्रांतीशी जुळवून घेता आलं नाही. तीच गत 'स्विस' घड्याळांची झाली. एके काळचे पहिल्या क्रमांकाचे घड्याळं बनवणारे स्विस डिजिटल क्रांतीशी जमवून घेऊ शकले नाहीत आणि ह्या शर्यतीत जपानी घड्याळं जिंकली. खरं तर पहिलं डिजिटल घड्याळ स्वित्झर्लंडमध्ये बनवलं होतं. हे सगळं आता सांगायचा उद्देश म्हणजे 'स्वतःचा ब्रँड'. स्वतःचा ब्रँड बनवण्याची कल्पना अशी आहे, की तुमच्याजवळ उपलब्ध असा जो काही मीडिया आहे तिथून सुरुवात करा. तुम्हाला जो हवाय तो बदल स्वतःत करा. गांधीजी म्हणून गेलेत, की तुमच्या शब्दांपेक्षा तुमचं व्यक्तिमत्त्व तुमच्याबद्दल बोलतं. तुम्हाला नुसता स्वतःचा ब्रँडच बनवायचा नाहीये, तर तंत्रज्ञानातले बदल स्वीकारून स्वतःत बदल घडवायचे आहेत.

प्रत्येकाकडे स्वतःच्या अशा विशेष क्षमता आहेत, कौशल्यं आहेत, अनेक गुण आहेत. या गोष्टी म्हणजेच तर आपला ब्रँड! या ब्रँडमुळेच आपलं करियर इतरांपेक्षा वेगळं ठरत असतं. तुमचं एखादं उत्पादन किंवा तुम्ही देत असलेली सेवा यांची एक स्वतंत्र ओळख त्यातूनच ठरत असते. उदाहरणार्थ, गांधीजींचा ब्रँड कोणता, तर 'अहिंसा' हे तत्त्व. ते आयुष्यभर अहिंसेसाठी झटले. त्यासाठीच ते आजही ओळखले जातात. तुमचा ब्रँड ही तुमची ओळख बनली पाहिजे. त्यासाठी तुमचं नाव आदराने घेतलं जायला हवं. एखाद्या व्यक्तीला किंवा तिच्या कामाला इतरांपेक्षा जास्त ओळख कशामुळे मिळते? हेच तर ब्रँडिंगचं सामर्थ्य आहे. तुमच्या निर्मितीला किंवा विचारांना यातूनच ठळक ओळख मिळते. यात मूर्त आणि अमूर्त अशा दोन्ही कल्पनांचा अंतर्भाव होऊ शकतो. उत्कृष्टता, कामाची तळमळ, ध्यास अशा मूल्यांसाठी आश्वासक असा ब्रँड तुम्हीही बनू शकता.

डॉ. अल्बर्ट मेहराबिअन यांनी सांगितलंय, की एखाद्या माणसाशी आपण जेव्हा बोलतो तेव्हा केवळ ७ टक्के त्याच्या शब्दांतून आपल्यापर्यंत पोहोचतं, ३८ टक्के त्याच्या शब्दफेक करण्याच्या पद्धतीतून पोहोचतं, तर ५५ टक्के त्याच्या

देहबोलीतून समजतं. आता समस्या अशी आहे, की सध्याचा आपला बराचसा संवादसंपर्क हा लिखित स्वरूपाचा असतो. व्हिडिओची मदत घेतली तर जरा जास्त चांगला परिणाम होतो. तुमच्या लिंक्ड इन प्रोफाइलवर तीन चांगली मतंसुद्धा तुमच्या ब्रँडसाठी सकारात्मक असतात. वेबसाइट, फेसबुकचं पान यांचाही असाच उपयोग करता येऊ शकतो. व्यवसायात तर तुम्ही निर्माण केलेला ब्रँड हाच सबकुछ असतो. तो एक विश्वासू ब्रँड म्हणून नावारूपाला यायचा असेल तर त्यासाठी शक्य ते सर्व प्रयत्न करायला हवेत.

आज तुम्ही स्वत:चा ब्रँड तयार कराल, सर्व प्रकारचे सोशल मीडिया वापराल. इंटरनेट, उपलब्ध सर्व माध्यमं, पत्रं, शाब्दिक प्रसिद्धी असं सर्व काही. पण लक्षात ठेवा, तुम्ही प्रत्यक्षात कसे वागता हेच सर्वांत महत्त्वाचं आहे. गांधीजी म्हणायचे, 'माझं आयुष्य हाच माझा संदेश आहे.' तुम्ही इतरांना जो सल्ला द्याल तो जर प्रत्यक्षात वापरला नाही तर लोकांचा तुमच्यावरचा विश्वास उडेल. तुम्ही तुमच्या मुलांना खरं बोलायला सांगत असाल; पण त्यांनीच तुम्हाला इतरांशी खोटं बोलताना बघितलं तर त्यांना वाटेल की सोईसाठी खोटं बोललेलं चालतं. तुम्ही नेहमीच जे करता किंवा जे करत नाही, जे म्हणता किंवा जे म्हणत नाही, त्यातून कळत आणि नकळत एक संदेशच देत असता. उपेक्षा करणारे असं म्हणतात, की तुम्ही 'टेन कमांडमेंट्स' मोडल्या तरी चालतील, पण अकरावी कायम लक्षात ठेवा- 'Thou others shalt not get found out'. इतरांना तुमच्या चुका समजा दिसल्या नसतीलही; पण तुमच्या मनाला त्या नक्कीच माहिती असतात. त्यामुळे आपल्याला रात्रीची झोप लागत नाही. हीच आपल्यासाठी शिक्षा असते.

ब्रँड तयार करायचाय ना? मग त्यासाठी संवाद चांगला हवाच. त्यासाठी हा ॲक्शन प्लॅन-

- तुमच्या विचारांत, बोलण्यात आणि कृतीत साम्य असू दे.
- लोक तुमच्याबद्दल जे बोलतात ते नीट ऐका. त्यांच्या कल्पना, मतं आणि भावना मोकळेपणाने स्वीकारा.
- तुमचा ब्रँड कशा प्रकारे विकसित होतोय याकडे नीट लक्ष द्या. सावध असा.
- लक्षात ठेवा, मौनही बोलकं असतं.
- संघर्ष नकोच. जर तो टाळता येण्यासारखा नसेल तर त्यातील स्फोटकपणा कमी करा.
- आलेले मिस्ड कॉल्स, ई-मेल्स, कोणत्याही शंका-प्रश्न यांना आवर्जून उत्तरं द्या.

❁❁❁

तुमचा ॲक्शन-प्लॅन

दुसरा आठवडा

२९ डिसेंबर ते ५ जानेवारी

अनुकंपेने वागा

नववर्ष उंबरठ्यावर आलंय. जगभरात लोक नववर्षाच्या उत्सवाची तयारी करताहेत. त्याच्या स्वागतासाठी खूप छान छान गोष्टी करताहेत, करायचं ठरवताहेत. जर्मनीतल्या हॅम्बुर्गमध्ये तर अ‍ॅल्स्टर या राजहंसाला गोठलेल्या बर्फाळ नद्यांतून काढून उबदार जागी नेण्याचा कार्यक्रम चालतो. या काळात लोक त्यांना खाऊ घालतात. वसंत येईपर्यंत ते त्यांची काळजी घेतात.

अनेकजण या वर्षी झाडं लावण्याचा संकल्प करत आहेत. तसंच वातावरणातलं कार्बनचं प्रमाण कमी करण्याचा आणि मानवतेने वागण्याचा संकल्पही करत आहेत.

या वर्षात इतरांसाठी सहानुभाव, अनुकंपा दाखवण्याची तुम्हाला चांगली संधी आहे.

संशोधनातून असं सिद्ध झालंय, की जर तुम्हाला खरंखुरं समाधान हवं असेल तर इतरांना मदत करा. एका विद्यापीठात एक प्रयोग

झाला. त्यात विद्यार्थ्यांची रोगप्रतिकारक्षमता कशामुळे वाढते हे बघितलं गेलं. या प्रयोगात आधी त्यांच्या रक्ताची तपासणी केली गेली. त्यानंतर विद्यार्थ्यांना एक सुंदर सिनेमा दाखवला गेला. तो सिनेमा मदर तेरेसांवर होता. कोलकत्यात अगदी मरायला टेकलेल्या व्यक्तीची त्या कशी काळजी घेतात हे त्यात दाखवलं होतं. मदर नेहमीच म्हणायच्या, की एखादा माणूस चोर-बदमाश असो की वाईट प्रवृत्तीचा असो. प्रत्येकाला प्रतिष्ठेचं मरण यायला हवं. सिनेमा बघून झाल्यावर पुन्हा एकदा विद्यार्थ्यांच्या रक्ताची तपासणी करण्यात आली तेव्हा असं आढळलं, की प्रतिकारक्षमतेमध्ये ४० टक्के वाढ झाली होती. हे फक्त मदर तेरेसांचा प्रेमळपणा, त्यांनी दाखवलेला सहानुभाव बघून घडलं होतं.

बायबलमध्ये 'समाधान' या भावनेविषयी लिहिलं आहे. आपणही दुसऱ्यांना समाधान द्यायला हवं. सहानुभावामुळे हे शक्य होतं. खरा सहानुभाव हा सर्वांसाठी असायला हवा. अगदी आपल्या शत्रूसाठीसुद्धा. अमली पदार्थाच्या विळख्यात असलेली एक व्यक्ती मला एकदा म्हणाली होती, ''तुम्हाला कदाचित माझ्या अवस्थेचं वाईट वाटत असेल, पण माझ्या मनातलं दुःख तुम्हाला कधीच कळणार नाही.'' इथे 'एम्पथी' आणि 'सिम्पथी' या दोन शब्दांतला फरक लक्षात घ्यायला हवा. सिम्पथी म्हणजे दुसऱ्याबद्दल सहानुभूती वाटणं, त्याच्या दुःखात सहभागी असणं. एम्पथी म्हणजे त्याचं दुःख स्वतःचंच दुःख आहे असं समजणं. म्हणून सहानुभूतीपेक्षा सहानुभाव असावा. प्रेषिताच्या शब्दांत सांगायचं, तर 'एखाद्या आईचं आपल्या बाळावर निरतिशय प्रेम असतं. ती त्याची सर्वतोपरी काळजी घेते. पण देव तिच्यापेक्षाही जास्त प्रेमळ असतो.'

वैदिक परंपरेनुसार 'करुणा' या शब्दाला अतोनात महत्त्व आहे. त्याग, स्व-नियमन ही तितकीच महत्त्वाची मूल्यं आहेत. दया या भावनेतच सर्व सजीवांच्या बाबतीत दाखवल्या जाणाऱ्या अहिंसेचाही अंतर्भाव आहे.

बुद्धांनी आपल्या शिकवणीतही 'करुणा' या मूल्याला फार वरचं स्थान दिलेलं आहे. दुसऱ्यांचं दुःख बघून ज्या हृदयाला यातना होतात तिथे करुणा असते. दुसऱ्याचं दुःख बघून जिथे मन पिळवटून जातं तिथे करुणा असते. यालाच करुणा म्हणतात. कारण तीच व्यक्ती दुसऱ्यांचं दुःख समजून घेऊन त्यांना पूर्णतः मदत करू शकते, असं बुद्ध म्हणतात.

स्काऊटमध्ये 'प्रतिदिन मदत' करण्याचं आश्वासन मुलांकडून घेतलं जातं. हे तर आपण रोजच्या कामाच्या धबडग्यातही करू शकतो. बुद्ध तर म्हणतात, की जो सर्वांत गरीब आहे तो माणूसही दुसऱ्याला काही देऊ शकतो. वैयक्तिकरीत्या जर कोणासाठी काही करायचं असेल तर आपण ते सात प्रकारे करू शकतो. शारीरिक

श्रमांची मदत, आध्यात्मिक मदत (म्हणजेच इतरांबद्दल मनात जागवलेला दयाभाव), एखाद्याला शांत-सुरक्षित करणारी नजर, एखादं आश्वासक स्मितहास्य, इतरांशी बोललेले प्रेमाचे चार शब्द, आपली जागा दुसऱ्याला देणं, आणि शेवटी, दुसऱ्याला आश्रय देणं. उदाहरणार्थ, आपल्या घरात रात्रीचा निवारा देणं. अशा गोष्टी बुद्धांनी सांगितल्या आहेत. इतरांसाठी या गोष्टी कोणीही करू शकतं.

इतरांना सहानुभाव दाखवल्याचा परिणाम आपल्या प्रकृतीवर होतो आणि तो चांगलाच होतो. दुसऱ्यांना मदत करण्यातच खरा आनंद दडलेला असतो याची जाणीव असू द्या. तुम्हा सर्वांना नववर्षाच्या मनापासून शुभेच्छा!

वर्षाच्या शेवटची दिवसासाठीचा ॲक्शन प्लॅन-

- वयाने ज्येष्ठ व्यक्तींबरोबर वेळ घालवा. त्यांच्याबरोबर जेवा.

- संगीत ऐका. सर्वांनी मिळून चांगला आशय असणारी भक्तीगीत गा. त्यासाठी मित्र-मैत्रिणींना जमवा.

- अनेक दिवस न वापरलेले चांगले कपडे कपाटातून बाहेर काढा व ते एखाद्या वृद्धाश्रमाला द्या.

- मुलांची जुनी खेळणी काढा व ती एखाद्या धर्मादाय हॉस्पिटलमधल्या मुलांच्या विभागाला भेट म्हणून द्या.

- अनाथाश्रमात खाऊ, फळं वाटा.

❀ ❀ ❀

तुमचा ॲक्शन-प्लॅन

तिसरा आठवडा

६ ते १२ जानेवारी

हसू... आणि बरंच काही

हास्य म्हणजे चेहऱ्यावरचे असे भाव ज्यामध्ये ओठांच्या दोन्ही बाजू ओढल्या जातात आणि त्याच वेळी तिथले स्नायूही ताणले जातात. मनुष्यप्राणी अनेकदा हे हास्य वापरतो. प्रसन्नता, आनंद किंवा उत्साह दाखवण्यासाठी, लोकांशी बोलताना हास्याचाच उपयोग होतो. कुठल्याही धर्माची, वंशाची, संस्कृतीची व्यक्ती असो- तिला ही हास्याची वैश्विक भाषा कळतेच. 'हास्य' हे सर्वांना समान पातळीवर आणते. आंतरसांस्कृतिक संशोधनांमधूनही हे स्पष्ट झालं आहे, की जगभरात कुठेही चालणारी भाषा म्हणजे हास्याची भाषा.

सहा ते आठ आठवड्यांची छोटी बाळं इतरांकडे बघून छानसं 'सोशल स्माइल' द्यायला शिकतात. त्यांच्यापाशी त्यांची काळजी घेण्यासाठी जे असतात त्यांना प्रतिसाद म्हणजे त्यांचं हे मोहक हास्य असतं. तीन ते चार महिन्यांचं बाळ तर मस्तपैकी हसायला शिकतं.

भारतातली मुलं आता मोकळं हास्य करू शकतील. याचं एक कारण म्हणजे उगवत्या पिढीतल्या लाखो-करोडो मुलांना पोलिओ या

भयंकर आजारापासून खरोखरच मुक्त करण्यात आलंय. १३ जानेवारी २०१२ या दिवशी अखेर आपण आपल्या देशातून पोलिओला हद्दपार केलंच. 'पोलिओ प्लस' (जागतिक आरोग्य संघटना, रोटेरियन्स आणि भारत सरकारचा संयुक्त उपक्रम) या उपक्रमात सहभागी झाल्याबद्दल मला अतिशय अभिमान वाटतो. एक छोटंसं हास्य काय काय करू शकतं! व्यवसायवाढीच्या संदर्भातही या स्मितहास्याला अतिशय महत्त्व आहे. साधारणत: १९००च्या आसपास 'सर्व्हिस विथ अ स्माइल' हा व्यवसायाचा मूलमंत्र झाला. संशोधनातूनही हे सिद्ध झालंय, की चेहऱ्यावरच्या हास्यामुळे आकर्षकता वाढते, समोरच्या माणसाबद्दल आपलेपणा निर्माण होतो. हसऱ्या चेहऱ्याने कामं करणारी माणसं नेहमीच तो सकारात्मक परिणाम साधण्यात यशस्वी ठरतात. यातून परस्परांमध्ये विश्वास निर्माण होतो. त्यातून आर्थिक हितही साधलं जातं. अनेक माणसांशी सहकार्याचं समंजस नातं तयार होतं. आजच्या तणावपूर्ण युगात कर्ज, कुटुंबातले वाद, चिंता यामुळे लोकांवर ताण आलेला असतो. आणि कर्मचाऱ्यांना अशा तणावयुक्त ग्राहकांबरोबर व्यवहार करावा लागतो. या वेळी जर अशा तणावग्रस्त व्यक्तींकडे बघून आधाराचं स्मितहास्य केलं, त्यांच्याशी आदराने वागलो तर त्यांच्या मनात काही काळापुरती तरी आनंदाची भावना निर्माण होते. एक साधंसं हास्य माणसाला खूप काही देतं. सबुरी, सहानुभाव, सर्व काही नीट होईल अशी आशा. एखाद्या संस्थेमध्ये जर एखादा वैतागलेला, त्रासलेला ग्राहक आला आणि तिथल्या माणसांकडून त्याला चांगली वागणूक मिळाली, त्याचं म्हणणं नीट ऐकून घेतलं गेलं, त्याला हवी ती मदत मिळाली तर त्या ग्राहकाचं संपूर्ण समाधान होतं. संशोधनाने असंही दाखवून दिलंय, की जेव्हा चेहऱ्यावर हास्य असतं तेव्हा लोक मदत करायलाही उत्सुक असतात. संपूर्णपणे अनोळखी माणसाने हास्य केलं तरी त्याचा अक्षरश: जादुई परिणाम होतो. न्यूरोसायन्स संशोधनातूनही हे दिसून आलं आहे की हास्याचा सकारात्मक परिणाम स्मरणशक्तीवर होतो.

इतरांना मदत करण्यात, त्यांच्या चेहऱ्यावर हसू फुलवण्यात खरा आनंद लपलेला आहे. माणसं भावनिकदृष्ट्या व शारीरिकदृष्ट्या आनंदी असली की त्यांच्या ओठांवर हास्य असतं. सर्व काही चांगलं होणार आहे अशी आशा मनात असते. पृथ्वीवरच्या सात अब्जावधी माणसांच्या चेहऱ्यावर हसू फुलेल तेव्हा किती चांगलं होईल! पण सध्या होतंय काय, की आपल्या पृथ्वीवरची लोकसंख्या अनेक पटींनी वाढत चाललीये. पृथ्वीवर त्याचा ताण येत आहे त्यामुळे लोकांच्या चेहऱ्यांवरचं हसू मात्र मावळत चाललंय.

आकडेवारीनुसार दर दिवशी विविध कारणांनी ३८,००० मुलं मृत्यू पावताहेत. ही कारणंही अशी आहेत की त्यांचा सहज प्रतिबंध करता येईल. १.४ दशलक्षाहून

अधिक अर्भकं मृत्यू पावतात. तर २,५०,००० माता बाळाला जन्म देताना मरतात. किंवा अनेक मुलांना जन्म दिल्यामुळे त्या बायकाच जगण्यासाठी धडपड करताहेत असं दिसतं. अब्जावधी गरीब माणसं एक डॉलर, म्हणजे ६०-७० रुपयांपेक्षा कमी पैशांत कसाबसा दिवस भागवतात.

असं वाटतं, की आपली पृथ्वीमाता या लोकसंख्येचा भार सहन करू शकत नाही. ही संख्या दिवसेंदिवस वाढत चालली आहे. समाजाच्या सर्वांत खालच्या गटातल्या व्यक्तींच्या चेहऱ्यांवर हसू फुलवण्याचं काम आपण करू या. जवळपास ५५ दशलक्ष अवांछित (नको असलेली) बाळंतपणं रोखण्यासाठी आणि ज्या आईवडिलांना मुलांची काळजीच घेणं शक्य नाही अशा मुलांचे जन्मच होऊ न देण्यासाठी काही कल्पना शोधाव्या लागतील, उपाय करावे लागतील. यात आपण जर यशस्वी झालो तर २२ दशलक्ष गर्भपात होणारच नाहीत, १,४०,००० माता जिवंत राहतील आणि १.४ दशलक्ष मुलं जन्मानंतर लगेच मृत्यू पावणार नाहीत. आयुष्य वाचवू या आणि इतरांना आनंदी बनवू या!

हसण्यासाठी हे कराच-

- हसणं हे माणसाला आकर्षक बनवतं.
- हसण्यामुळे आपला मूड चांगला होतो.
- हसणं हे संसर्गजन्य असतं.
- हसण्यामुळे ताण नाहीसा होतो.
- हसण्यामुळे आपली प्रतिकारक्षमता वाढते.
- हसण्यामुळे रक्तदाब कमी होतो.
- हसण्यामुळे एंडोर्फिन्स, शरीरातलं नैसर्गिक वेदनाशामक आणि सेरोटोनिन वाढतं.
- चेहरा छान दिसण्यासाठी आणि तरुण दिसण्यासाठी हसणं फार महत्त्वाचं आहे.
- हास्य हे यशस्वी होण्यासाठीसुद्धा मदत करतं.
- आयुष्याकडे सकारात्मक दृष्टीने बघण्यासाठी हसणं फार महत्त्वाचं आहे.

तुमचा ॲक्शन-प्लॅन

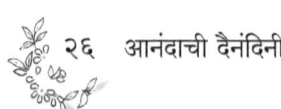

चौथा आठवडा

१३ ते १९ जानेवारी

सुगीचे दिवस... आनंद साठवा!

जगाच्या पाठीवरच्या बहुतेक देशांमध्ये जानेवारीच्या मध्यावर सुगीचा हंगाम येतो. जवळपास सगळ्या संस्कृतींमध्ये साधारणपणे ३ दिवस आनंदाने साजरा केले जातात. हे सुट्टीचे दिवस मस्त असतात. बऱ्याचशा मोठ्या शहरांमधले लोक आनंद साजरा करण्यासाठी आपापल्या गावी जातात.

अमेरिकेत हा उत्सव सप्टेंबरमध्ये साजरा करतात तो 'थँक्स गिव्हिंग'मधून. सुगीचा हंगाम हा फळं आणि भाजीपाल्यांच्या समृद्धीशी संबंधित आहे. त्यासाठी आपण निसर्गाचे मनापासून आभार मानले पाहिजेत. या दरम्यान घरं रंगवली जातात, गायी-म्हशींनाही सजवतात, शेतीची साधनं स्वच्छ केली जातात आणि सगळ्याची पूजा केली जाते.

भारतात मकरसंक्रांत, थाई पोंगल, उत्तरायण, लोहरी, माघ बिहू किंवा भोगली बिहू हे सण जानेवारीत येतात. होळी फेब्रुवारी-मार्चमध्ये येते. ओणम ऑगस्ट-सप्टेंबरमध्ये येतो. हे सर्वच सण

सुगीशी संबंधित आहेत. इंग्लंडमध्ये शेतकरी सुगीचं पीक घेऊन येणाऱ्या शेवटच्या गाडीला सजवतात. घरही फुलांच्या माळांनी सुशोभित करतात. ही वेळ निवांतपणे बसून आपल्या मेहनतीचं फळ आनंदाने बघण्याची असते. आपल्या आयुष्यातील चार महत्त्वाच्या घटकांबरोबर- स्वतः, कुटुंब, आपलं काम आणि आपला समाज- आपण यश मिळवतो तो साजरा करण्याची ही वेळ असते.

बायबलमध्ये याचा खास उल्लेख आहे. 'एक वेळ असते पेरण्याची' आणि 'एक वेळ असते सुगीची'. ही 'सुगीची' वेळ आहे, कष्टांचं फळ मिळण्याची वेळ आहे. सगळ्यांच्या शुभेच्छा फलद्रूप झाल्यावर येणाऱ्या समाधानाची वेळ आहे.

जर आपण चांगल्या कल्पनेवर काम केलं, ती विकसित होईपर्यंत तिला खतपाणी घालत राहिलो, तर नक्कीच काही तरी चांगलं उगवेल; पण आपल्यापैकी बरेचजण स्वतःचे किंवा इतरांचे दोष काढत राहतात.

खरं तर माणसांबद्दलही हेच म्हणता येईल. आपल्या जवळपासच्या माणसांच्या चुका काढायला आपल्याला अगदी मनापासून आवडतं. काय अयोग्य झालंय, काय व्हायला नको होतं याकडे आपण अतिशय लक्ष देतो. आपली मित्रमंडळी, आपले कुटुंबीय यांच्या चुका तर आपण काढतोच, पण स्वतःलाही भरपूर दोष देत राहतो. पण बघा, आसपासचा निसर्ग आपल्याला काही सांगू बघतोय... जे वाईट आहे ते उपटून टाकू या आणि योग्य आहे ते फुलवू या. त्याचं कौतुक करू या. असं म्हणतात, की चूक दाखवण्याआधी दहा चांगल्या गोष्टी बोलाव्या; पण आपल्या रोजच्या बॅलन्सशीटमध्ये तर याच्या बरोबर विरुद्ध असतं. या वर्षात जास्तीत जास्त सकारात्मक, आनंदी राहू या, आनंद साजरा करू या आणि देवाने आपल्याला जे उत्तम दिलंय त्याबद्दल त्याची स्तुती करू या.

आयुष्याची मजा घेण्यासाठी हे कराच-

- तुम्हाला ज्या गोष्टी आवडतात त्यांचं एक छान प्रदर्शन भरवा आणि मित्रमंडळींना बोलवा. प्रदर्शन कसलंही असो; फळांचं, सुंदर चित्रांचं, संगीत किंवा स्टँप्सचंदेखील.
- नातेवाइकांना बोलवा. एकत्र जेवा. रात्री मिळून फिरायला जा. एकत्र मजा करा.
- ज्यांनी आपल्याला कामात मदत केली आहे त्यांना छानसं पत्र लिहा. जे अडचणीत आहेत त्यांनाही पत्र लिहा. त्यांना फळं, खाद्यपदार्थ, सरबतं अशा सुगीच्या ताज्या वस्तू भेट म्हणून द्या.
- शेजाऱ्यांना, मित्रमंडळींना घरी चहासाठी बोलवा. नाही तर उसाचा रस आणि अशाच ताज्या पदार्थांचा मनसोक्त आस्वादही घेता येईल.
- एक डायरी करा. ज्यांनी आपल्याला आजच्या दिवशी मदत केली त्या सर्वांचे आभार माना. ते लिहून काढा. हे काम रोज करा.
- या वर्षी ज्या चांगल्या गोष्टी घडल्या, ज्या गोष्टींमध्ये यश मिळालं त्या सर्व गोष्टी साजऱ्या करण्यासाठी एकत्र या. नातेवाइकांना बोलवा. सगळ्यांबरोबर चांगला वेळ घालवा.
- ज्यांनी आपल्याला वर्षभरात मदत केली, ज्यांनी सहकार्य केलं त्याबद्दल आभाराचं पत्र लिहा. सोबत त्यांना आवडेल अशी एक भेटवस्तू द्या.

वास्तविक आयुष्यात ज्या छान गोष्टी घडतात त्या मुक्त मनाने प्रेमाच्या माणसांबरोबर साजऱ्या करणं महत्त्वाचं आहे. त्यामुळे भूतकाळात घडलेल्या घटना मनात जाग्या होतील. यातून वर्तमानात पुढे जाण्यासाठी ऊर्जा मिळेल आणि आपल्याला भविष्यात नवी ध्येयं ठरवता येतील.

तुमचा ॲक्शन-प्लॅन

पाचवा आठवडा

२० ते २६ जानेवारी

कसरतके दिन

आपल्याला हे माहितीच आहे, की व्यायामामुळे स्नायूंना चालना मिळते, स्नायू अधिक कार्यक्षम होतात. शरीरस्वास्थ्यावर याचा खूपच चांगला परिणाम होतो, हे सत्यच आहे. मात्र, अलीकडेच प्रसिद्ध झालेल्या एका संशोधनात असं म्हटलंय, की नियमित व्यायाम केल्याने (अगदी चालणं, सायकलिंग यासारखे व्यायाम सहा महिने केल्यास) मुलांची आणि मोठ्यांचीही स्मरणशक्ती तर वाढतेच, तशीच त्यांची अध्ययनक्षमताही जवळपास १५ ते २० टक्क्यांनी वाढते. नियमित व्यायामामुळे मेंदूतील महत्त्वाच्या भागांची वाढ होते. नवीन संशोधन असं सांगतं, की व्यायामामुळे हिप्पोकँपसमधल्या न्यूरल स्टेम सेल्सची वाढ होण्यास मदत होते. याने वयानुसार कमी होणारी स्मरणशक्ती आणि शिकण्याची क्षमता यावर प्रतिबंध होतो. कार्ल सेगन म्हणतात, की एन्सायक्लोपीडिया ब्रिटानिकाचे ७,५५० खंड साठवून ठेवण्याची मेंदूची क्षमता असते. मेंदू विकसित होण्यासाठी जर खास कृती केल्या तर न्यूरॉन्सची आपसात जुळणी होण्याची क्षमता वाढते.

पण व्यायाम करण्यासाठी वेळ नाही असं म्हणताय का? आपल्या दिनक्रमात जरासा बदल करूनही वेळ निघणं शक्य आहे. ऑफिसच्या आवारात, परिसरात चालायला जा. लिफ्टऐवजी जिना वापरा. तुमच्याकडे कुत्रा असेल तर त्याला फिरायला तुम्हीच न्या. तुमच्या मुलांबरोबर बागेत जाऊन खेळा. तुमच्या प्रत्येक स्नायूकडे लक्ष पुरवा. बसल्याजागी स्वत:च्या शरीराला ताण द्या. ते कसं शक्य होईल याचा विचार करा. प्रत्येक स्नायूची हालचाल व्हायला हवी एवढं लक्षात ठेवा. कधी हॉटेलमध्ये जाण्याची-तिथे राहण्याची वेळ आली तर स्विमिंग पूल असलेलं हॉटेल निवडा. पूलवर जा आणि पोहा. टेबलवर बसल्या बसल्या हातपाय ताणा. अगदी गोल्फ कोर्सवर मीटिंग ठेवा. चालण्याच्या बुटांची एक जोडी ऑफिसमध्ये नेऊन ठेवा. संध्याकाळच्या वेळी खास चालण्यासाठी मस्त ब्रेक घ्या. ऑफिसनंतर मुलांना एखाद्या बागेत, मोकळ्या जागी, समुद्रकिनारा असेल तर तिथे बोलवा. खेळून, चालून मगच घरी जा.

रोज योगासनं करायला वेळ काढा. योग ही भारताने जगाला दिलेली खास देणगी आहे. तिचा वापर केला तर जगण्याची एक सुंदर कला आत्मसात झाली असं म्हणता येईल. 'युज' या संस्कृत शब्दापासून 'योग' हा शब्द तयार झाला आहे. 'युज' म्हणजे जोडणं, सामील होणं. योगासनांमुळे आपण विश्वाशी जोडले जातो. महर्षी पतंजली यांनी २८५ योगसूत्रांमध्ये योगशास्त्र मांडलं आहे.

योगासनांमध्ये शरीराला विशिष्ट प्रकाराने वाकवलं, वळवलं जातं. प्रत्येक अवयवाला कसा व्यायाम घडेल हे लक्षात घेऊन प्रत्येक आसन ठरवलेलं आहे. यातून सूक्ष्म स्नायूंचा विकास होतो. योगासनांमध्ये श्वासोच्छ्वासाचाही खूप विचार केलेला आहे. त्यामुळे शरीर अंतर्बाह्य निरोगी होतं तसंच मनही कणखर, खंबीर होतं. संपूर्ण व्यक्तिमत्त्व उठावदार होतं. योगासनांमध्ये सांगितलेल्या आसनांच्या विविध पद्धती रोजही वापरता येण्यासारख्या आहेत. अगदी कसं बसावं, कसं उभं राहावं यासाठी आपण आसनांचा विचार करू शकतो. काही आसनं तर झोपेतून उठल्या उठल्या पलंगावरही करता येतात. अगदी लहान वयापासून ही तंत्रं कळली आणि नियमितपणे वापरली तर आपण खऱ्या अर्थाने आनंदी आयुष्य जगू शकतो.

व्यायामाचा संबंध मेंदूशी आहे हे आपण बघितलंच. मेंदूतला हिप्पोकँपस नावाचा एक भाग आहे, त्यातल्या पेशींच्या अस्तित्वाशी याचा संबंध आहे. व्यायामामुळे या पेशींना चालना मिळते. उंदरांवर केलेल्या एका संशोधनाच्या आधारे शास्त्रज्ञांनी असा निष्कर्ष काढला आहे, की निव्वळ एकदा व्यायाम केल्यामुळे उंदरांच्या मेंदूतल्या मेसेन्कायमल स्टेम सेल्स (MSCs) यात वाढ झाली. या संशोधनानंतर लक्षात आलं की व्यायाम आणि संपूर्ण शरीराचं आरोग्य यांचा अतिशय जवळचा

संबंध आहे. शरीराला एखादी जखम झाली किंवा आजार झाला तर या एम.एस.सी. नावाच्या पेशी अत्यंत उपयुक्त ठरतात. वयोपरत्वे स्नायूंची जी झीज होते तेव्हाही या पेशीच मदत करतात. एकूण काय, तर विविध कारणांमुळे शरीराची झीज होत असते. याला प्रतिबंध व्हावा म्हणून व्यायामच मदतीला येतो. मुळात रोज व्यायाम करणाऱ्या माणसाची रोगप्रतिकारक्षमता अत्यंत चांगली असते. त्यामुळे तो माणूस आजारी पडत नाही. समजा काही झालंच, तर लवकर बराही होतो.

आपल्या शरीरात अतिशय गुंतागुंतीच्या यंत्रणा आहेत. या सूक्ष्म यंत्रणांच्या तंदुरुस्तीसाठी अनेक थेरपीज वापरल्या जातात. व्यायाम ही या संदर्भात अतिशय चांगली थेरपी आहे. तिचा जरूर वापर करायला हवा.

व्यायाम करण्याची कारणं वाचा आणि हे कराच–
(मायो क्लिनिकने ही सात कारणं सांगितली आहेत.)

- व्यायामामुळे वजन नियंत्रणात राहतं.
- आरोग्य सुधारणं आणि रोगांना पळवणं यासाठी व्यायाम अतिशय उपयुक्त.
- व्यायामामुळे मूड सुधारतो.
- ऊर्जा वाढवण्यासाठी व्यायाम हवाच.
- झोपही सुधारते.
- व्यायामामुळे लैंगिक आयुष्य सुधारतं.
- व्यायाम करण्यात एक मजा आहे.

तर, रोजच्या आयुष्यात कसंही करून व्यायाम आणाच. अगदी छोट्या मुलांकडे बघा. त्यांच्याकडून 'वर्कआऊट' कसा करायचा ते शिकून घ्या. आपल्याकडे जो कुठला पाळीव प्राणी असेल त्याचं निरीक्षण करा आणि त्यांचं अनुकरण करण्याचा प्रयत्न करा.

तुमचा ॲक्शन-प्लॅन

सहावा आठवडा

२७ जानेवारी ते ६ फेब्रुवारी

स्वत:लाच 'डेट' द्या

स्वत:लाच कधी तरी 'डेट'वर न्या! तुम्ही प्रत्यक्ष कसे आहात आणि तुम्हाला कसा माणूस व्हायचं आहे त्याला नीट भेटा.

स्वत:च्या आयुष्याचा अभ्यास करा. त्यासाठी या चार भागांत स्वत:चं वर्गीकरण करा.

सामाजिक	**शारीरिक**
भावनिक	**बौद्धिक**

शारीरिक

असं समजा की तुमचं शरीर ही एक होडी आहे. या होडीत बसून तुम्हाला आयुष्याचा महासागर पार करायचा आहे. म्हणूनच ही एक अशी गोष्ट आहे जी आपल्याला नीट जपायची आहे. आरोग्याकडे नीट लक्ष द्या. डॉक्टरला मित्रच समजा. प्रत्येक स्नायूचा वापर करा. जर स्नायू वापरले नाहीत तर त्यांचं आयुष्य कमी होईल, हे नेहमी

लक्षात ठेवा. स्वत:ची काळजी घेण्यासाठी नीट वेळ काढा. काही दुखावलं गेलं असेल तर ते बरं करा. तेलाचा शानदार मसाज करून स्वत:चेच लाड करा. आवश्यक तेवढी झोप घ्या. विश्रांती घ्या. यामुळे आपल्या मनात चांगल्या भावना जागृत होतात.

बौद्धिक

ध्यानधारणा-प्राणायाम शिका. आसपासच्या घटनांमध्ये रस घ्या, नुसते एका ठिकाणी गोळ्यासारखे बसून राहू नका. इंग्रजीत अशा माणसाला 'काऊच पोटॅटो' म्हणतात. उठा. बाहेर पडा. स्वत:ला आवडणाऱ्या गोष्टीत रमा. हेच तर जगणं आहे. डिजिटलायझेशन हे चांगलंच आहे; पण तुम्ही जे खाल्लंय ते पचवायचं असेल तर तुम्हाला केबिनमधून किंवा घराच्या चौकटीतून बाहेर पडावंच लागेल. छोट्या बाळांशी खेळा, मुलांना क्रिकेट शिकवा. बागेत चाला.

प्रोजेक्ट झीरोचे हार्वर्ड विद्यापीठातले प्राध्यापक डॉ. हॉवर्ड गार्डनर यांनी सात प्रकारच्या बुद्धिमत्ता शोधून काढल्या आहेत. ते म्हणतात, की लोकांमध्ये या सातपैकी कोणतीही एक बुद्धिमत्ता असू शकते.

गणिती/तार्किक- गणित, संख्याशास्त्र आणि तर्क यांत हुशार.

दृश्य/अवकाशीय- चित्रकार, शिल्पकार, आर्किटेक्ट यांच्या ठिकाणी असणारी बुद्धी.

भाषिक- लेखक आणि कवी यांच्या ठिकाणी असणारी बुद्धी. शब्दांशी खेळण्याची, नवीन भाषा शिकण्याची आवड.

सांगीत्तिक- ही आयुष्यात लवकरच्या काळात उत्पन्न होते.

शरीरविषयक- खेळाडू आणि सर्जन यांच्या ठिकाणी असणारी बुद्धी. हाताने अतिशय कुशलतेने काम करून शिकण्याची बुद्धी.

स्वत:विषयी आणि इतरांविषयी जाणून घेणं- इतरांबरोबर नातं निर्माण करण्यासाठी आवश्यक असणारी बुद्धी.

यातली तुमची स्वत:ची बुद्धी शोधा. त्याला साजेल असंच काम शोधा. अशीच कामं घ्या.

भावनिक

स्वत:च्या दिवसभरातल्या भावनांचा ताळेबंद मांडा. या सर्व सकारात्मक गोष्टी आहेत ना हे बघा. प्रेम, सहानुभूती, धैर्य, हास्य, सौंदर्य याच भावना मनात तयार होतील असं बघा. त्यासाठी प्रसंग साजरे करणं, चांगली पुस्तकं वाचणं, चांगले सिनेमे बघणं, चंद्रप्रकाशात चालायला जाणं इत्यादी गोष्टी करा. राग आला तर ३६ प्रकारची विषद्रव्यं तुमच्या रक्तात मिसळतात. भीती बाळगू नका. तसंच उद्वेगाची भावना बाळगू नका. सकारात्मक भावनांमुळे एंडोमार्फिन आणि सेरोटोनिन अशी चांगली, आरोग्याला पूरक अशी द्रव्यं रक्तात मिसळतात. हृदयाची गती यामुळे चांगली राहते, नाडीच्या गतीत सातत्य राहतं. श्वासोच्छ्वासाची गती नीट राहते. त्यामुळे आपल्याला शांत करणाऱ्या भावना मनात रेंगाळल्या पाहिजेत.

सामाजिक

आधुनिक जगातला सर्वांत वाईट आजार म्हणजे एकटेपणा. हृदयविकारापेक्षाही भयंकर आहे तो एकटेपणाचा आघात. म्हणून आसपास जी माणसं आहेत त्यांच्या सान्निध्यात राहा. आपलं आयुष्य नुसतंच हाय-टेक राहू नये, तर हाय-टच राहावं. आपली मित्रमंडळी, आपल्या घरची माणसं यांच्याबरोबर राहा. त्यांच्यापर्यंत पोहोचा. आपले पालक, मित्र, शेजारी- ज्यांच्याबद्दल कृतज्ञता वाटते त्यांना तसं कळवा. कधी पत्र लिहून शब्दांनी कळवा. कधी शब्दाशिवाय संवाद साधा. कधी साध्याच शब्दांत भावना व्यक्त होऊ द्या. कसेही व्यक्त व्हा, पण व्यक्त होणं महत्त्वाचं आहे. एखाद्या अंध व्यक्तीला वाचून दाखवा. एखाद्या छोट्या गरीब मुलाला शिकवा. शेजाऱ्यांशी कोणत्याही विषयावर बोलत राहा. अगदी हवापाण्याच्या गप्पा मारा. संपर्कात राहा.

तुमच्या आयुष्यातली सर्वांत महत्त्वाची व्यक्ती म्हणजे तुम्ही स्वत:. तुम्ही स्वत:शी कायम प्रेमाने, काळजीयुक्त स्वरात बोलायला हवं. खरं असं घडतं, की बरेच लोक स्वत:शी अजिबात गोड शब्दांत बोलत नाहीत, तर उलट एखाद्या कडक जेलरसारखे बोलतात, वागतात. स्वत:ला माफ करायला शिका. स्वत:ला प्रोत्साहन द्यायला शिका. एखाद्या प्रेमाच्या व्यक्तीशी बोलता तसंच स्वत:शी बोला. या सगळ्यासाठी स्वत:शी एक डेट ठरवा. इतर कोणत्याही डेटपेक्षा ही 'मी-माझ्यासाठी डेट' हवीच!

'मी-माझ्यासाठी डेट' चांगली व्हावी यासाठी हे कराच-

- आपलं सामर्थ्य कशात आहे आणि आपल्यात कोणत्या उणिवा आहेत हे माहीत असू द्या. आपलं सामर्थ्य ज्यात आहे ते वाढवण्याचा प्रयत्न करा.

- रागासारख्या नकारात्मक भावना शोधा आणि त्या दूर करा.

- आपले विचार, आपल्या श्रद्धा, आपण कशामुळे प्रेरित होतो हे समजून घ्या.

- आपल्या आयुष्यातली महत्त्वाची माणसं कोणती हे ओळखा. त्यांना तुमच्याबद्दल काय वाटतं हे समजून घ्या.

- आपलं सर्वोच्च ध्येय काय आहे ते ठरवा. ते मिळवण्यासाठी कोणत्या गोष्टी अडचणी आणताहेत त्या बघा. या अडचणी दूर करण्यासाठी स्वत:मध्ये आवश्यक ते बदल करा.

- अगदी जवळच्या मित्र किंवा मैत्रिणीशी बोला. त्यांना तुमच्याबद्दल काय वाटतं हे अजमावून बघा.

- ज्यांना तुम्ही आवडता त्यांना भेटत राहा. त्यासाठी छान वेळ काढा.

- नृत्य शिकताना जेवढा विचार करता तेवढा विचार रोज जगताना करा.

❀ ❀ ❀

तुमचा ॲक्शन-प्लॅन

सातवा आठवडा

३ ते ९ फेब्रुवारी

'कार्पे डीयाम'– आजचा दिवस साजरा करा!

हॉरेस नावाच्या लॅटिन कवीने ही ओळ लिहिली आहे. तो म्हणतो, 'कार्पे डीयाम'. म्हणजे हा दिवस पूर्णपणे जगून घ्या. उद्याच्या दिवसावर काही ठेवू नका.

या कवितेत असं म्हटलं आहे, की भविष्य आपल्याला माहीत नसतं. आजच्या दिवसावर आपल्या सर्व आशा केंद्रित करायला हव्यात आणि आपल्या वाइनची मजा आजच घ्यायला हवी.

कवी ओव्हिडने हेच जरा वेगळ्या शब्दांत सांगितलंय: 'मजा करा. आजचा दिवस अगदी स्वत:साठी जगा. आजच्या दिवसाचा पुरेपूर वापर करा. तो म्हणतो, 'कसंही आणि कुठेही मनसोक्त नाचण्याची हीच वेळ आहे.' आयुष्याची क्षणभंगुरता सांगताना तो म्हणतो, 'प्रत्येक क्षण जगणं हे अतिशय महत्त्वाचं आहे. आपण मर्त्य आहोत हे लक्षात घ्यायलाच हवं. एकदा हे लक्षात ठेवलं की आपोआपच

जगायला मिळालेल्या प्रत्येक क्षणावर आपलं प्रेम बसतं.'

मार्चच्या पौर्णिमेनंतर लगेचच भारतात होळी येते. होळी हा रंगांचा उत्सव. हा एक उत्साह आणणारा उत्सव आहे. या दिवशी लोक होळी पेटवतात. एकमेकांच्या अंगावर रंग उधळतात, पाणी उडवतात, नाच करतात. अक्षरश: प्रत्येकावर एक वेगळीच झिंग चढलेली असते. वसंतात आता विविधरंगी फुलांची उधळण होण्याचा काळ जवळच असतो. थंडगार हिवाळ्याला 'अच्छा' म्हणण्याचे हे दिवस असतात. ही होळी येते आणि गारठलेलं वातावरण उबदार होतं.

आयुष्यात जर काळे ढग आले असतील तर या रंगीबेरंगी वातावरणामुळे ते निघून जातात. पळस, गुलमोहर अशा फुलांचे रंग पारंपरिक होळीमध्ये वापरले जातात. ओले रंग बनवण्यासाठी ही फुलं पाण्यात उकळायची. रात्रभर हे पाणी तसंच ठेवून द्यायचं. सकाळपर्यंत त्याचा लाल-पिवळा रंग पाण्यात उतरतो. या पाण्यात फुलांचे औषधी गुणधर्मही उतरतात. आयुर्वेदीय वैद्यांच्या म्हणण्यानुसार होळीसाठी जास्तीत जास्त नैसर्गिक रंग वापरायला हवेत. कडुनिंब, कुंकू, हळद, बिल्व अशा औषधी वनस्पतींचा वापर या नैसर्गिक रंगाच्या पावडरमध्ये करायला हवा. म्हणूनच उत्साहाचा हा उत्सव नैसर्गिक रंगांनीच साजरा केला पाहिजे. हल्ली कृत्रिम रंग वापरले जातात, त्यात विषारी रसायनं मिसळलेली असतात. त्यामुळे हे रंग घातक बनतात. ते शरीरासाठी, त्वचेसाठी, विशेषत: डोळ्यांसाठी अत्यंत वाईट असतात. तसंच ही रसायनं नंतर पाण्याबरोबर वाहत जाऊन भूजल प्रदूषित होतं ते वेगळंच. हे लक्षात घेऊन हे रंग विकत घ्यायचेच नाहीत असं सर्वांनी ठरवायला हवं.

सर्वांत महत्त्वाची गोष्ट अशी, की दिवस साजरा करण्यासाठी होळी यायची वाट बघायची गरज नाही. तुमचे सगळेच सण/उत्सव हे पृथ्वीमातेचा सन्मान करणारे असावेत. कोणताही दिवस हा उत्सवाचा दिवस असू शकतो. अगदी रोजची सकाळही आपण छान उत्सवी करू शकतो. पहाटेच्या प्रसन्न उजेडात आपण कालच्या दिवसातली निराशा, राग, दु:ख सारं काही विसरू शकतो. कालच्या पाटीवर जर अशा नकारात्मक गोष्टी लिहिल्या गेल्या असतील तर त्या प्रत्येक नव्या दिवशी पुसून टाकायच्या, ही संधी आपल्याला दर दिवशी मिळते. प्रत्येक महिन्याची उद्दिष्टं ठरवायची. आनंदाच्या नव्या संधी शोधायच्या. खरोखर एक 'थँक्स गिव्हिंग' डायरी ठेवायची. त्यात आपल्याला मदत करणाऱ्या माणसांविषयी आणि आपल्याला जे काही मिळाले आहे त्यासाठी कृतज्ञता व्यक्त करायची. रोजच्या रोज हे केल्यामुळे तुमच्या स्वभावात गोडवा येईल. कार्पे डीयाम! आजचा दिवस आपलाच समजा! साजरा करा!

अर्थपूर्ण आणि पूर्णपणे आयुष्य जगायचंय आपल्याला. दुर्दैवाने होतं काय, की

दिवसच्या दिवस निघून जातात, पण आपण मनापासून जगायचं विसरूनच जातो. आपल्याला ढीगभर कामं असतात, डेडलाइन्स असतात, तऱ्हेतऱ्हेच्या समस्या असतात, अडथळे असतात, चांगल्या गोष्टीवरून आपलं लक्ष विचलित करणाऱ्या अनेक गोष्टी असतात. या गोष्टी अडचणीच्या असतात. असणारच आहेत. पण तरीही आपल्याला उत्साही राहायचं आहे.

अपोस्टल पॉल नावाचे येशू ख्रिस्ताचे शिष्य होते. त्यांचा या कार्पे डीयामवर विश्वास होता. त्यांनी अत्यंत सोप्या तीन मुद्द्यांमध्ये हे लिहून ठेवलं आहे :

– तुमचा हेतू शोधा. उद्दिष्ट ठरवा.

– भूतकाळ विसरा.

– वर्तमानाला सामोरे जा.

आपल्या आसपासच्या खूप लहानसहान गोष्टींत आनंद सामावलेला असतो. त्यातल्या प्रत्येक गोष्टीकडे लक्ष द्या. एखाद्या फुलाचं उमलणं, बागेतल्या पक्ष्याची हलकीशी शीळ, आपल्या प्रिय व्यक्तीबरोबर घेतलेली एक कप कॉफी... सगळ्यात आनंद आहे. प्रसंग तर साजरे करायलाच हवेत... जन्मदिवस, लग्नाचे वाढदिवस, मनाशी जपून ठेवलेल्या काही खास गुप्त तारखा, बाळाचं पहिलं पाऊल जमिनीवर पडलं तो दिवस, बाळाचा पहिला शब्द, वेगवेगळ्या संदर्भांत मिळालेलं मोठं यश, बढती, मुलाची/मुलीची पहिली नोकरी, घर बांधलं/घर घेतलं तो दिवस... साजरं करण्याच्या नुसत्या संधी शोधा, नक्की सापडतील. 'प्रत्येक दिवस साजरा करा!' संतांचंच वचन आहे हे. प्रत्येक दिवसाला इंद्रधनुष्याचे चमकदार रंग द्या, होळीसारखे! असं समजा, की प्रत्येक दिवस 'Holi-day' आहे.

प्रत्येक दिवस साजरा करण्याचे नवे नवे मार्ग शोधण्यासाठी हे कराच–

- सकाळची कॉफी घेण्यासाठी वेगवेगळ्या जागा तयार करा.

- एखादं काम करताना अर्धा तास तरी आवडीचं संगीत ऐका.

- खूप दिवस न भेटलेल्या मित्राला/मैत्रिणीला पत्र लिहा.

- स्वत:साठी आणि घरातल्यांसाठी वेगळे पदार्थ बनवा... कधी घरी बनवलेले पॉपकॉर्न्स, चॉकलेट केक किंवा वेगळ्या फ्लेवरचं आइस्क्रीम असं काही तरी.

- एखाद्या तरुण मुलाला किंवा मुलीला तुमच्या आवडीचं पुस्तक द्या.

❀ ❀ ❀

तुमचा ॲक्शन-प्लॅन

आठवा आठवडा

१० ते १६ फेब्रुवारी

प्रेमाच्या शोधात राहा

आपलं सगळं आयुष्य प्रेमाभोवती फिरत असतं. एक वर्षाच्या मुलाकडे बघा. त्याला सगळ्या मजेदार गोष्टीच आसपास दिसत असतात. कुठल्याही फुलांचा सुंदर वास आला की त्याच्या नाकपुड्या त्या वासाचा वेध घेतात. हे बाळ फक्त दूध पीत असतं, पण हा एकच पदार्थ त्याला मनापासून आवडतो. त्याच्या लवचिक शरीराची वाट्टेल ती आसनं होऊ शकतात. कितीही आवाज, गोंधळाचं वातावरण आसपास असलं तरी त्याला जे करायचंय ते ते करतंच. एखाद्या साध्याशा दिव्याचं नीरीक्षण करण्यात ते रमून जातं. या बाळावर आपण मनापासून जीव टाकतो त्याच्या तालावर नाचत असतो!

दुसऱ्या जागतिक महायुद्धानंतर अनाथालयात ढकलली गेलेली, कदाचित तिथेच मृत पावलेली बाळं आठवताहेत. त्यांची तिथे चांगली काळजी घेतली जायची. त्यांना योग्य आहार मिळायचा. बाळांची जशी देखभाल व्हायला हवी तसं सर्व काही नीट होतं. सर्व काही होतं, फक्त आई नव्हती. थोपटून, अंगाईगीत गाऊन

झोपवणारी आई नव्हती. मोठ्या माणसांनादेखील स्पर्शाची खूप गरज असते. काही विशिष्ट व्यक्तींनी त्यांची दखल घेण्याची गरज असते. वृद्ध व विकलांग लोकांपासून हे स्पर्श दूर गेलेले असतात. आजचं जगणं म्हणजे एखाद्या भरधाव धावणाऱ्या रेल्वेसारखं आहे. वेग आहे, पण माणसाचा स्पर्श नाही, सुंदर हास्य नाही आणि नात्यातली आपुलकीही नाही.

इलेक्ट्रॉनिक वस्तूंना जणू काही आपण चिकटून बसलो आहोत. एकमेकांसमोर बसून गप्पा मारणं, मनमोकळं हसणं हे आपण विसरलोय का? कोणाची तरी काळजी घेणं, कोणाशी तरी छान वागणं हे सगळं पूर्वी आपण रोज करायचो. एसेमेस, फेसबुक, ई-मेल्स, ट्विटरवरून पटकन संवाद साधता येतो. जिव्हाळ्याचे शब्द एका सेकंदाच्या आत पोचतात यात शंका नाही. पण आपल्या माणसाच्या स्पर्शाची जागा ही माध्यमं भरून काढू शकत नाहीत. जेव्हा आपल्याला कोणाशी खरं नातं जोडायचं असतं, संवादाचे पूल बांधायचे असतात तेव्हा हे ई-संवाद खऱ्या संवादांची जागा घेऊ शकत नाही हे लक्षात येईल.

आता व्हॅलेंटाइन डे येईलच. तुम्ही प्रिय माणसाला शुभेच्छा कशा पाठवणार? चेकने? कारण प्रेम हे वस्तूतून व्यक्त होत नाही. त्यासाठी कृती आवश्यक असते. शब्दांतून ते व्यक्त करायचं असतं, किंवा अगदी नि:शब्द राहून व्यक्त करायचं असतं. प्रेमाच्या भाषेबरोबर स्पर्शही हवासा वाटतो. सध्याच्या काळात आपला बराचसा संवाद हा डिजिटल आहे. पण आपली मानवी गरज ही स्पर्शातून प्रेम व्यक्त करण्याची आहे, स्पर्शानेच हेलावून जाण्याची आहे, हे विसरून चालणार नाही.

'माझं तुझ्यावर खूप प्रेम आहे' असं या एकाच दिवशी सांगण्यापेक्षा ते रोजच सांगितलं तर? ज्यांना आपण कधीच भेटत नाही, भेटणार नाही त्यांना प्रेमाचे संदेश पाठवणं सोपं आहे. उदाहरणार्थ, युगांडात एड्सग्रस्त अजाण, अनाथ मुलं. त्यांना प्रेमसंदेश पाठवणं हे सोपं असतं, पण जवळच्या माणसांवर रोज प्रेम करणं हे अवघड असतं. आपली भावंडं, मित्रमंडळी, नातेवाईक, शेजारी यांच्यावर निरंतर प्रेम करणं ही परीक्षा असते.

म्हणूनच, आपल्या रोजच्या आयुष्यात प्रेम, जिव्हाळा या साध्याशा भावनांचं आयोजन करू या.

रोज प्रेम करता येण्यासाठी हे कराच-

- तुमच्या अत्यंत जवळच्या व्यक्तींना नियमितपणे फोन करा.

- प्रत्येकाचे वाढदिवस लक्षात ठेवा. त्यासाठी एक डायरी करा.

- कोणत्याही कारणामुळे एखाद्याला त्रास होत असेल तर त्याला अवश्य भेटायला जा.

- ज्या प्रसंगांमुळे छान वाटणार आहे ते प्रसंग टाळू नका. त्यांच्यासाठी वेळ काढा. एखाद्या मुलाने/मुलीने छान यश मिळवलं, मित्र/मैत्रिणीने प्रगती केली, तर मित्र/मैत्रिणीबरोबर छान वेळ घालवायचा असेल तर अवश्य जा.

- आपली आवडती पुस्तकं इतरांना वाचायला द्या. विशेषत: तरुणांना.

- भेटल्यावरत छान आठवणी अवश्य काढा. एकमेकांना आवडलेली चित्रंही द्या.

- अगदी सहज म्हणून एखाद्याला स्वत: पदार्थ करून पाठवा.

- ज्यांना आपल्या आयुष्यात सुधारणा घडवून आणायच्या आहेत त्यांच्याबरोबर रोज आवर्जून वेळ घालवा.

- तुम्हाला येत असलेली कौशल्यं इतरांना- विशेषत: नवोदितांना शिकवा.

- रोपं लावा. बिया वाटा.

- दुसऱ्यांच्या बाबतीत घडलेल्या एखाद्या चांगल्या गोष्टीत, त्यांच्या आनंदात सहभागी व्हा. त्यांना घरी जेवणासाठी बोलावून त्यांचं यश साजरं करा.

- तुम्ही वापरत नसलेल्या वस्तू गरजूंना द्या.

❈ ❈ ❈

तुमचा ॲक्शन-प्लॅन

नववा आठवडा

१७ ते २३ फेब्रुवारी

तुमचं सामाजिक भांडवल तयार करा

आपल्या सर्वांनाच आपल्याकडचा पैसा वाढावा असं वाटत असतं. त्यासाठी आपण ते फिक्स डिपॉझिटमध्ये टाकतो, शेअर्समध्ये गुंतवतो, सोनं घेऊन ठेवतो, घर घेतो. रोख रक्कम तर सर्वांजवळ असतेच. पण नवं संशोधन असं सांगतं, की सामाजिक भांडवल हे तुमचं खरं आणि सगळ्यात मोठं भांडवल आहे.

एखादी ओव्हनसारखी वस्तू (खरं तर भांडवल) पैशांमुळे आपल्याकडे येते. एखादी एम.बी.ए. डिग्री (सांस्कृतिक किंवा मानवी भांडवल) ही उत्पादन वाढवू शकते. याच पद्धतीने आपले समाजाशी कसे संबंध आहेत यावरसुद्धा एक प्रकारची उत्पादनक्षमताच वाढत असते असं म्हणता येईल. कारण ही क्षमता वाढते ती आपल्या वेगवेगळ्या लोकांशी असलेल्या ओळखींमुळे; जवळचे-लांबचे नातेवाईक, वेगवेगळ्या ग्रुप्सबरोबर आपण कामं करतो त्या सर्वांच्यामुळे. ज्या वस्तू तुम्ही विकत घेता त्यांचा खरं तर तुम्हाला फारसा आणि खराखुरा उपयोग नसतोच. ज्या वेळेस तुम्ही एखाद्या अडचणीत सापडता तेव्हा या वस्तू मदतीला येत नसतात. त्या

वेळेस तुमचं समाजात असलेलं नाव, विविध लोकांशी असलेले चांगले संबंध, एकमेकांबद्दल वाटणारी सहानुभूती; घरची माणसं, शेजारी, ऑफिसमधले किंवा जिथे आपण काम करतो तिथले सहकारी या सर्वांशी असलेले जिव्हाळ्याचे संबंध यांचाच खरा उपयोग होतो. विशेषत: जेव्हा एखादं आर्थिक संकट कोसळतं, अचानक कोणाला हॉस्पिटलमध्ये दाखल करावं लागतं, तेव्हा माणसंच उपयोगाला येतात. तुमच्या घरी कितीही महाग वस्तू का असेनात, अशा अडचणीत माणसंच कामाला येतात. आपल्या जवळच्या माणसांनाच 'सोशल कॅपिटल' अशी संकल्पना या नव्या काळाने दिली आहे. जर ही आपली माणसं आपल्या आसपास नसतील तर आयुष्य किती कंटाळवाणं, एकाकी आणि एकांगी होईल!

इतरांशी असलेले आपले सामाजिक संबंध जर चांगले नसतील तर चक्क आजारी पडण्याच्या शक्यता वाढतात. हृदयविकारतज्ज्ञ डीन ऑर्निश यांचं असं मत आहे, की तुम्हाला पाच पेक्षा अधिक जवळचे मित्र असतील तर तुम्हाला हृदयविकार होण्याचा धोका कमी असतो.

आपले इतरांशी जर चांगले संबंध नसतील तर आपण एकटे पडतो, आपल्याला उदास वाटतं. त्यालाच 'एकाकीपण' म्हणतात. मध्यंतरी एका विभक्त झालेल्या डॉक्टरांसंबंधी वाईट बातमी ऐकली होती. हे डॉक्टर घरात एकटे असायचे. एके दिवशी ते निधन पावले; पण फ्लॅटचे दरवाजे बंद असल्याने कोणालाच हे कळलं नाही. घरातून वास यायला लागल्यानंतर शेजाऱ्यांना हे जाणवलं. त्यांच्या आसपास माणसं असायची पण संपर्क नव्हता. त्यांची काळजी घेणारं कोणीही नव्हतं.

आता आधुनिक काळात एकटेपणा हा संसर्गजन्य झाला आहे. कामानिमित्त माणसं स्वत:चं राहतं घर सोडतात, आपलं गाव सोडतात. परगावी, कधी कधी परदेशी जावं लागतं. अशा माणसांना सगळं असूनही एकटेपणा भेडसावत असतो. ऑल्विन टॉफलर यांनी लिहिलंय, की कुटुंब हा मोठाच 'शॉक ॲब्सॉर्बर' असतो, खरा आधार असतो. घराबाहेर एखादं उत्तुंग काम करणाऱ्या माणसालाही शेवटी आपलं, मायेचं घर हवंसं वाटत असतं. दिवसभर जगाशी लढाई करून येणाऱ्याला शांतता मिळते ती घरातच. मोठी, एकत्र कुटुंबं आता छोटी व्हायला लागली आहेत. एकत्र कुटुंबाच्या जाड, उबदार दुलईत माणसं असायची तेव्हा ती सुरक्षित असायची. आता या दुलईला माणसं दुरावलीत. माणसांपासून तुटून लांब असणारी माणसं भावनिकदृष्ट्या एकाकी होतात. एखाद्या समारंभाच्या ठिकाणी किंवा खूपशा गर्दीत असलं तरी आपल्याला एकटं वाटू शकतं. आसपास खूपजण आहेत, पण कोणालाच मोकळा वेळ नाही, कोणीच कोणाशी बोलत नाही अशी परिस्थिती

असते. समाजातली जवळपास निम्मी माणसं या पद्धतीने विचार करतात असं मानलं जातं, इतका हा एकटेपणा छळतो आहे. आपल्या मनातलं सगळं ज्याच्याशी बोलता येईल असा खास माणूस प्रत्येकाला जवळ हवा असतो; पण आता तो दुर्मिळ झाला आहे. पन्नास वर्षांपूर्वी अशी दोन-तीन माणसं तरी असायची. आता एखादंच कोणी तरी असलं तर असतं. तोही बहुधा जोडीदारच असतो.

एकटेपणा हा आधुनिक काळाबरोबर वाढत जातो. पूर्वीपेक्षा आता मोठ्या प्रमाणावर स्थलांतर केलं जातं. घरं लहान झाली आहेत आणि मीडियाचा वापरही घातक ठरत आहे. विशेषत: घरातल्या ज्येष्ठ नागरिकांवर याचा परिणाम मोठ्या प्रमाणावर झाल्याचं दिसून येतंय. काहीजण इंटरनेटवर ऑनलाइन मित्र शोधतात. ते अधिक एकटे असतात. मैत्रीच्या आभासी जगात ते स्वतःला रमवत असतात. तरीही एकटेपणाची भावना मनातून जात नाही. माणसांशी खरंखुरं बोलणं, स्पर्श यांची भरपाई इतर कशानेही होऊ शकत नाही.

एकटेपणाच्या या भावनेला गांभीर्याने घ्यायची गरज आहे. कारण कधी कधी ही भावना जिवावर बेतू शकते. यातूनच कॅन्सर, पक्षाघात असे हृदयाशी संबंधित आजार होऊ शकतात. झोप कमी होते. माणूस अल्कोहोलच्या आहारी जाऊ शकतो. तो स्वतःला त्रास करून घ्यायला लागतो. एकटेपणातून नैराश्य उद्भवू शकतं. काही माणसं यातून आत्महत्येपर्यंत जातात. म्हणून आपल्या माणसांना धरून राहा. त्यांना भेटत राहा. त्यांच्याबरोबर खूप वेळ घालवा. लक्षात ठेवा, कोणीही माणूस हा बेटासारखा नसतो.

माणसांच्या सहवासात राहण्यासाठी जे जे योग्य असेल ते करा. लोकांशी संपर्क वाढवा. सगळ्यांना एकत्र आणा. एखाद्या घट्ट विणीच्या रंगीबेरंगी गोधडीसारखी ही नाती धरून ठेवा. एकमेकांसोबत असा. त्यासाठी फोन, इंटरनेट अवश्य वापरा; पण समोरासमोर बसून एकमेकांना टाळ्या देऊन गप्पा मारण्यात जो आनंद आहे तो कशातच नाही !

जनसंपर्क वाढवायचा असेल तर हे कराच-

- नवीन शेजाऱ्यांसाठी छोटासा समारंभ आयोजित करा.

- रोटरी क्लब किंवा इतर कोणत्याही सामाजिक उपक्रमात भाग घ्या.

- मतदार यादीत नाव नोंदवा आणि मत द्या.

- स्थानिक, ओळखीच्या व्यावसायिकांना मदतीचा हात द्या.

- एखाद्या एन.जी.ओ.त जाऊन तुमची कौशल्यं इतरांना शिकवा.

- मित्र किंवा मैत्रिणीबरोबर जाऊन रक्तदान करा.

- उद्यानातल्या भेटीगाठी हा एक हल्लीचा नवा उपक्रम आहे. आपल्या भागात तो सुरू करा. बिया, रोपं यांची आपसात देवाणघेवाण करा.

- आपल्यापेक्षा वेगळ्या व्यक्तिमत्त्वाच्या व्यक्तींना मार्गदर्शन करा.

- शेजाऱ्यांना एखादा नवीन, स्पेशल पदार्थ पाककृतीसह नेऊन द्या.

- आपल्या आई-वडिलांच्या जुन्या आठवणी रेकॉर्ड करून त्या तुमच्या मुलांना ऐकवा.

- मित्रांबरोबर किंवा कुटुंबीयांबरोबर सुट्टीचे मस्त बेत आखा. सगळ्यांनी मिळून सुट्टीवर जा.

- कोणाबद्दलही वाईट बोलू नका.

- कोणाला तरी कशासाठीही आपणहून मदत करा.

- खेळ, जॉगिंग, टेकडीवर जाणं यात रमणारा ग्रुप तयार करा.

- 'बुक क्लब' असेल तर त्याचे सदस्य व्हा.

- तुम्हाला जेव्हा जेव्हा आमंत्रण असेल तेव्हा त्या पार्टीला अवश्य जा.

- रक्तदान, अवयवदान करणाऱ्या संस्थेचे सदस्य व्हा.

- आपल्या मुलांचे खेळ, स्नेहसंमेलनं, इतर कार्यक्रम, क्रीडा स्पर्धांना आवर्जून हजेरी लावा.

- तुमच्या मुलांच्या शिक्षकांची ओळख काढा. त्यांना भेटा.

- शाळेला जर पालक प्रतिनिधीची गरज असेल तर अवश्य मदत करा. उदा. मुलांना घेऊन सहलीला जा.

❀ ❀ ❀

तुमचा ॲक्शन-प्लॅन

दहावा आठवडा

२४ फेब्रुवारी ते २ मार्च

आपले 'जीन्स' आपल्या हातात

'माझ्या घरातूनच हे चालत आलंय' अशी वाक्यं आपण अनेकदा ऐकली असतील. जर कोणी जाड असेल, मधुमेही असेल तर त्याचं खापर नेहमीच असं आनुवंशिकतेवर फुटतं. व्यसनं, अर्धशिशी, हृदयविकार सर्व काही आपल्या पूर्वजांच्या वाईट जीन्समधून आलं आहे, असा बहुतेकांचा समज असतो. आपण म्हणतो, की एखाद्याच्या कर्मानुसार त्याला त्याची वाईट फळं भोगावी लागतात. त्याचप्रमाणे या जीन्समुळेच हे सारं काही घडतं आहे असं आपण समजून चालतो. पण विज्ञानाने आता असं दाखवून दिलंय, की जीन्सपुढे हार मानायची नाही. या आनुवंशिकतेला आपल्याला केव्हाही बदलता येतं.

एपिजेनेटिक्स नावाचं नवं शास्त्र सांगतं, की या जीन्सलादेखील 'चालू' आणि 'बंद' करता येतं. तुम्ही स्वत: मनापासून प्रयत्न केले, किंवा तुमच्याबरोबर असणाऱ्यांनी जर शर्थीने ठरवलंच तर हे चालू/बंद करणं आपल्या हातात असतं. जाडेपणाला

एफ.टी.ओ. हे जीन्स कारणीभूत असतं; पण नियमित आणि नेमका व्यायाम केला तर या जीन्सचं उत्पादन बंद करता येतं. तुमच्या कंबरेचा घेर जितका आहे त्यावरच तुमच्या आयुष्याची रेषा किती आहे हे ठरतं. आपल्या शरीराचा आकार कसा आहे हे आधी समजून घ्या. तुमचं पोट जर गोल गोल सफरचंदासारखं दिसत असेल तर नेमके कोणते व्यायाम केल्यावर पोट आत जाईल याचा अभ्यास करा. जाणकारांना विचारा. योगासनं करा. नृत्याचा आधार घ्या. काहीही करा, पण आरोग्य आपल्या हातात ठेवा.

ठरवलं तर आपण जीन्सला शरण न जाता ठाम राहू शकतो. आपलं आरोग्य कसं राखायचं हे आपणच ठरवलं तर ते शक्य आहे. जीन्सना दोष द्यायचा आणि व्यसनांच्या आहारी जायचं किंवा गुन्हेगार व्हायचं हे मुळीच चांगलं लक्षण नाही. तुरुंगातल्या कैद्यांना ध्यानधारणा का करायला लावतात? शाळांमध्ये नैतिकतेचे धडे का दिले जातात? तर मनाला चांगलं वळण लागावं म्हणून. जेव्हा एखादी कृती करण्याची वेळ येईल तेव्हा चांगले विचार मनात यावेत, योग्य कृती घडावी म्हणून. मनाचं नीट संगोपन करून आपण निसर्गाचे नियम बदलू शकतो. आनुवंशिकता आणि वातावरण यात जो जुनाच वाद आहे त्याला विज्ञानाने नवा आयाम दिला आहे.

अनेक आर्थिक-सामाजिक वंचित कुटुंबांमध्ये अपुऱ्या आहारामुळे किंवा कुपोषणामुळे विविध समस्या असतात. त्या अशाच पूर्वापार चालत आलेल्या असू शकतात. त्या निदान या नव्या पिढीत तरी आवर्जून बदलाव्यात. त्यासाठी खूप काही करता येण्यासारखं आहे. एखाद्या उपाशी बाळाला कसंबसं भरवणाऱ्या आईच्या हातात जर आपण सकस आहार देऊ शकलो तर ते बाळाच्या भविष्यासाठी खूपच चांगलं होईल. एखादा मुलगा नापास होत असेल तर शाळेत जाण्याचंच टाळतो. तो समाजकंटकांच्या हाती लागतो. पण त्याऐवजी त्याच्या शिक्षणाला मदत केली, चांगला रोजगार मिळवून द्यायला मदत केली, एखादा खेळ शिकवला तर त्याच्या आयुष्याला चांगली दिशा मिळेल. अशा लोकांचं 'जेनेटिक' भविष्य जर आपल्याला लिहिता आलं तर त्यांना तर मदत होईलच, शिवाय त्यांना मदत केल्यामुळे आपलं आयुष्यही अतीव आनंदात जाईल.

डीन ऑर्निश यांचं एक 'वैद्यकीय' वाक्य या संदर्भात खूप महत्त्वाचं आहे. 'तुमच्या आर्टरीजमधला रक्तप्रवाह मोकळेपणाने वाहू द्या. आहार, व्यायाम आणि ध्यान या तीन पवित्र गोष्टी केल्यामुळे हे शक्य होईल.' चला तर मग, चालण्याचे

शूज घाला आणि निघा. खुर्चीवर बसून राहिल्यामुळे जे क्षेत्रफळ तुम्ही व्यापून टाकता, त्यापेक्षा चालायला जा. मोठ्या क्षेत्रफळात फिरून या. माऊस पोटॅटो होऊ नका. (काऊच पोटॅटो म्हणजे सोफ्यावर बसून जाड झालेला, तर माऊस पोटॅटो म्हणजे कॉम्प्युटरसमोर बसून जाड झालेला.) त्यापेक्षा शेजारीपाजारी हिंडून या. ताज्या भाज्या खा. फ्रिजमधलं शिळं खाऊ नका.

रोज स्वत: स्वयंपाक करा. यामुळे पुढच्या १० वर्षांत तुमचं आयुष्यमान ४७ टक्क्यांनी वाढेल.

'जीन्स' मध्ये जान आणण्यासाठी हे कराच–

- आठ तास झोपा.
- सकाळी भरपूर आणि सकस नाश्ता करा. रात्री आठ वाजायच्या आत हलकं जेवण करा.
- रोज किमान आठ ग्लास पातळ पदार्थ पोटात जाऊ द्या.
- किमान पाच प्रकारच्या फळं-भाज्यांचा समावेश रोजच्या आहारात करा.
- पाच किंवा त्याहून अधिकांशी जवळची मैत्री करा.
- आपले जिव्हाळ्याचे संबंध जमतील तेवढे विस्तारित करा.
- ताण घालवायचे उपाय शोधा.
- रोज किमान अर्धा तास मौन पाळा.
- पक्ष्यांना खाऊ घाला.
- कपाटं आवरून स्वच्छ-नीटनेटकी ठेवा.
- प्रक्रिया केलेले अन्नपदार्थ टाळा. आपण काय खातोय याकडे नीट लक्ष द्या.

आता ती स्कीन टाइट जीन्स काढा. व्यायाम करून पुन्हा एकदा त्या तुम्हाला नीट बसू शकतात. तसंच या जीन्स असोत किंवा आपल्या शरीरातले जीन्स असोत, त्यांना स्वत:च्या प्रयत्नाने आल्टर करा !

❈ ❈ ❈

तुमचा ॲक्शन-प्लॅन

अकरावा आठवडा

३ ते ९ मार्च

महिलादिन : रोजच!

आपल्या आसपास अनेक स्त्रिया असतात. आई, बहीण, मुलगी ही सर्वांत जवळची नाती. प्रिय सहचारिणीही असते. याशिवाय अनेक स्त्रिया भेटत असतात. त्यांनी आपल्यासाठी खूप काही केलेलं असतं. त्या सगळ्यांप्रती कृतज्ञता, आदर आणि प्रेम व्यक्त करण्याचा दिवस म्हणजे ८ मार्च- आंतरराष्ट्रीय महिलादिन. इतर अनेक दिवसांमध्ये हा दिवस हरवून जाऊ नये, नुसतंच ग्रीटिंग कार्ड देण्यापुरता किंवा शुभेच्छा देण्यापुरता मर्यादित राहू नये.

आज विविध क्षेत्रांत स्त्रिया अग्रक्रमाने दिसतात. विशेषत: कॉर्पोरेट जगतात अनेक स्त्रिया दिसतात. काहीजणी सी.ई.ओ. बनून उच्चपदावर काम करताहेत. फॉर्च्युनने ५०० कंपन्यांचा सर्व्हे करून एक निरीक्षण नोंदवलं आहे त्यानुसार ज्या कंपनीत बोर्ड मेंबर्समध्ये अनेक स्त्रिया आहेत त्या कंपनीची आर्थिक स्थिती जास्तच चांगली असल्याचं दिसून आलं. इक्विटीवर ५३ टक्के जास्त रिटर्न्स, विक्रीवर २४ टक्के हायर रिटर्न्स आणि इन्व्हेस्टेड कॅपिटलवर ६७ टक्के हायर रिटर्न्स, अशा प्रकारची आर्थिक स्थिती अनेक ठिकाणी आहे.

२००८ च्या ओ.ई.सी.डी.नुसार ही आकडेवारी आहे. कंपन्यांच्या एकूण अर्थिक स्थितीवर स्त्रियांची कशी पकड आहे हे या आकडेवारीतून दिसून येतं. याचा अर्थ देशस्तरावर जर स्त्रियांचं योगदान वाढलं तर आर्थिक स्तर निश्चितच उंचावेल.

जेव्हा स्त्रिया घराबाहेर येऊन कर्तृत्व दाखवत नव्हत्या तेव्हाही त्यांच्यामुळेच आयुष्याला अर्थ होता. ८ मार्च या दिवसाचं महत्त्व लक्षात घेऊन सर्वांनी- पुरुषांनी आणि स्त्रियांनीही- आपापल्या जवळच्या नात्यातील स्त्रियांना-मैत्रिणींना पत्रं लिहावीत, पत्रांद्वारे आपल्या भावना कळवाव्यात. त्यांनी आपल्यासाठी जे जे केलं त्याबद्दल त्यांचे आभार मानावेत. त्यांनी दिलेलं प्रेम, निरपेक्ष भावनेने वेळोवेळी केलेली मदत, कोणत्याही ताणतणावाच्या प्रसंगांच्या वेळी दाखवलेली हिंमत, स्वत:कडे काहीही न ठेवता दुसऱ्यांना सर्व काही देऊन टाकण्याची अफाट क्षमता, या सर्व गोष्टींसाठी त्यांचे आभार मानावेत. तीस देशांमध्ये महिलादिनाला राष्ट्रीय सुट्टी जाहीर केली जाते. पोर्तुगालमध्ये तर ते 'गर्ल्स नाइट-आऊट' साजरा करतात.

या आनंदाच्या दिवशी आपल्या घरी काम करणाऱ्या आणि सहकारी स्त्रियांनाही विसरू नका. पहिल्यांदा १०२ वर्षांपूर्वी हा दिवस साजरा केला होता. दारिद्र्यात राहणाऱ्या लोकांपैकी ७० टक्के स्त्रिया आहेत. काही वर्षांपूर्वी, म्हणजे २०११ मध्ये संयुक्त राष्ट्रसंघाने आंतरराष्ट्रीय महिलादिनाच्या निमित्ताने 'एम्पॉवर वूमेन- एन्ड हंगर अँड पॉव्हर्टी' हा संदेश सर्वांपर्यंत पोचवण्याचं उद्दिष्ट ठरवलं होतं. आपण हेच काम आपल्या पद्धतीने छोट्या प्रमाणात करू. स्त्री सक्षमीकरणासाठी जी पावलं उचलावी लागतील ती उचलू. स्वत:चं आयुष्य पुढे नेण्यासाठी, मुलांना शिक्षण देण्यासाठी जी स्त्री कष्ट करते तिच्या कष्टांना आपण हातभार लावू. जी स्त्री अजूनही पिछाडीवर आहे तिच्यासमोर खूप साऱ्या समस्या असतात. त्या समस्या कमी करण्याचा आपल्यापरीने पूर्ण प्रयत्न करू. सक्षमीकरण म्हणजे आपण बाहेरून मदत करून एखाद्याला सक्षम करणं असा नाही, तर त्या व्यक्तीला तिच्यातल्या क्षमतांची जाणीव करून देणं हा आहे. प्रत्येक व्यक्ती सक्षम असतेच. प्रत्येकजण हुशार असतो. त्याच्याकडे संकटांना तोंड देण्याची अंगभूत क्षमता असते. काम करण्याची कुवत प्रत्येकात असते. केट ब्लँचार्ड यांनी म्हटलंय, की 'सक्षमीकरण म्हणजे व्यक्तीत असलेले गुण फक्त बाहेर काढणं'. तू काय करू शकतेस, हे सांगणं. त्यासाठी मदत करणं. यामुळे आपल्यात असलेल्या गुणांची जोपासना आपण कशी करायची, आपल्या अडचणी कशा दूर करायच्या याचं व्यवहारचातुर्य येतं. यामुळे ती व्यक्ती स्वत: प्रगती करते व पर्यायाने समाजाची प्रगती होते.

'स्त्री सक्षमीकरण' हा शब्द ऐकताना असं वाटतं की पुरुषांकडे दुर्लक्ष करायचं का

आपण? पण खरं तर स्त्री आणि पुरुषांना दोघांनाही सक्षमीकरणाची गरज आहे, असं डॉ. आसा डॉन ब्राऊन म्हणतात. परिस्थिती सुधारण्याकडे आपण लक्ष दिलं की आपोआपच व्यक्ती, घटना व दृष्टिकोनही सक्षम होतात.

स्त्रीला सक्षम करण्यासाठी हे नियमाने कराच–

- एखाद्या स्त्रीवर कोणत्याही स्वरूपाचे अत्याचार होत असतील तर तिला योग्य व्यक्तीकडे न्या. यामुळे तिला मदत होईल.

- अभ्यासात मागे पडलेल्या किंवा शिक्षण थांबलेल्या एखाद्या मुलीला मदत करा. तिला स्कॉलरशिप किंवा आर्थिक मदत मिळवून द्या.

- शेतकरी स्त्रीला बी-बियाणं आणि भाज्यांची रोपं द्या. सकस आहार खायला शिकवण्यासाठी तिला याचा उपयोग होईल. मुलींनाही हीच भेट द्या. त्यांना घराच्या गच्चीवर, बाल्कनीत बिया पेरायला शिकवा.

- स्त्रियांना नवनवीन कौशल्यं शिकण्यासाठी मदत करा. शिलाईकाम, वाचन, इंग्रजी संभाषण, चांगला स्वयंपाक इ.

- तिच्या मुलांना चांगल्या प्रकारे शिकण्यासाठी मदत करा. त्यांना चांगली पुस्तकं, खेळणी, कपडे, सायकल असं काही द्या. त्यांचं भवितव्य उज्ज्वल होण्यासाठी मदत करा.

महिलादिन हा लिंगभावाला महत्त्व देण्याचा दिवस नाही, स्त्रियांनी पुरुषांना किंवा पुरुषांनी स्त्रियांना काही शिकवण देण्याचाही दिवस नाही, तर दोघांनीही आपल्यातला वेगळेपणा लक्षात घेऊन आपल्यातली आणि दुसऱ्यातली सामर्थ्यं ओळखण्याचा दिवस आहे. प्रत्येकजण महत्त्वाचाच आहे, हे अधोरेखित करण्याचा हा दिवस आहे. स्त्रियांच्या मेंदूतलं संवाद साधण्याचं क्षेत्र पुरुषांपेक्षा मोठं आहे.

स्त्रियांना आपल्या समस्या दुसऱ्यांना सांगायला काही वाटत नाही. त्यांना गप्पा मारायला, चर्चा करायला आवडतं. स्त्रिया संघर्ष करणं टाळतात. त्यांच्या मेंदूमधलं वायरिंग तसंच झालेलं आहे. आपल्या इमेजला जपणं स्त्रियांना अतिशय आवडतं. इतरांची काळजी घेण्याचं छान कौशल्यही त्यांच्यात असतं. एखाद्याने जे म्हटलं नाही पण त्याला म्हणायचं होतं, अशा 'बिटविन द लाइन्स' तिला कळतात. 'ति'चा ई.क्यू. (इमोशनल कोशंट) हा 'त्या'च्यापेक्षा जास्तच आहे. खरंच आहे 'रंग तिचा वेगळा'!

तुमचा ॲक्शन-प्लॅन

बारावा आठवडा

१० ते १६ मार्च

कणाकणांत देव

'हिग्ज-बोसॉन पार्टिकल' म्हणजे शास्त्रज्ञांनी लावलेला 'देवकणा'चा शोध. (बोसॉन हा शब्द भारतीय शास्त्रज्ञ सत्येंद्रनाथ बोस यांच्यावरून देण्यात आलेला आहे.) असं म्हणता येईल, की या देवकणाच्या शोधामुळे प्राचीन अध्यात्माला नवी झळाळी मिळाली आहे. 'सृष्टीच्या प्रत्येक कणात देव आहे.' यालाच वेदामध्ये म्हटलंय, 'अहं ब्रह्मास्मि।' गीतेत म्हटलंय, 'चराचरात देव आहे, प्रत्येक सजीव आणि निर्जीवाच्या अंतरंगात देव आहे.' हिग्ज-बोसॉन कणाचं हेच खरंखुरं वर्णन आहे. याच कणापासून आकाशातल्या चांदण्या आणि ग्रह बनलेत. संपूर्ण सृष्टीच्या मुळाशीच आहेत हे देवकण. म्हणूनच या निसर्गाशी आपण जोडले गेलेलो आहेत. निसर्गाच्या प्रत्येक गोष्टीबद्दल आपल्याला प्रेम वाटतं. माणसं, पक्षी, प्राणी, जलचर- अशा अगदी सगळ्यांबद्दल आपल्या मनात जवळिकीची भावना असते.

बोस हे कोलकत्याचे भौतिकशास्त्रज्ञ होते. १८९४ ते १९७४ हा त्यांचा कार्यकाल. जर्मन शास्त्रज्ञ आइनस्टाईन यांचे ते समकालीन

होते. १९२० च्या सुरुवातीच्या काळात बोस यांनी 'क्वांटम मेकॅनिक्स'वर मूलभूत संशोधन केलं होतं. त्यांना नोबेल पारितोषिक मिळालं नाही. गंमत म्हणजे नंतरच्या काळात बोसॉनवर संशोधन करणाऱ्यांना मात्र ते मिळालं. मला वाटतं, की 'बोसॉन'ला 'बोस'च म्हणायला हवं. या भारतीय शास्त्रज्ञाचं नाव कधीच मागे पडायला नको. अर्थात 'बोस पार्टिकल' हे ऐकतानाही भारतीय मन निश्चितपणे सुखावतं. 'सी.ई.आर.एन.' ही जिनिव्हाची संस्था आहे. या संस्थेनेच देवकण शोधण्याच्या संशोधनात पुढाकार घेतला होता. या संस्थेचे प्रवक्ते पाउलो जिउबेलिनो यांनी म्हटलंच आहे, की 'या प्रकल्पाचं ऐतिहासिक पालकत्व भारताकडे जातं'.

'वसुधैव कुटुंबकम' अर्थात् हे विश्व जणू एक कुटुंबच आहे ही कल्पना भारतीय ऋषींनी फार पूर्वीच मांडली आहे. निर्जीवांमध्येही काही ना काही जाणिवा असतात. अगदी दगड आणि कारमध्येही. आता हिग्ज-बोसॉन यांनीच त्यांना एका व्यापक संकल्पनेत समाविष्ट केलं आहे.

देवाची जी काही निर्मिती आहे त्या निर्मितीकडे सुटं सुटं कसं बघता येईल? प्रत्येक वेळेला कोणालाही बघून आपण 'नमस्कार' करतो. 'मी तुमच्यातल्या दिव्यत्वाला नमस्कार करतो' अशी भावना त्यात असते. समोर कोणीही असलं तरी त्यात एक अलौकिक शक्ती असतेच. त्या शक्तीला आपला नमस्कार असतो.

- परिस्थिती कशीही असो; आपण ती शांतपणे, सहृदयतेने हाताळू शकतो.

- कोणालाच न दुखावण्याची, त्रास न देण्याची काळजी आपण नक्कीच घेऊ शकतो.

- आपल्या नजरेत आराधनेचा व कृतज्ञतेचा भाव असावा. त्यामुळे निसर्गात ठायी ठायी दडलेल्या दैवी शक्तीचा आपल्याला साक्षात्कार घडेल.

प्रत्येकात असलेलं अलौकिकत्व मान्य करून ते जपण्याकडे आपला कल असावा. प्राचीन ऋषींनी हेच सांगितलंय आणि आधुनिक शास्त्रज्ञांनी तेच सिद्ध केलंय. आपण आणि इतर यांच्यातलं अलौकिकत्व जागृत करायला हवं.

आपल्यातलं अलौकिकत्व शोधण्यासाठी हे कराच-

- स्वत:वर प्रेम करा. स्वत:चा आदर करा.

- दुसऱ्यातली चांगली मूल्यं शोधा. ती आपल्या अंगी यावीत यासाठी प्रयत्न करा.

- एखाद्या रोपाला नवी पानं फुटताना बघा. फुलं फुलवण्याचा आनंद घ्या.

- घरी एखादा प्राणी पाळा व त्याची काळजी घ्या. नियमित येणाऱ्या पक्ष्यांसाठी दाणापाणी ठेवा. माशांना त्यांचं खाद्य द्या.

- आपल्या आयुष्यातल्या प्रत्येक व्यक्तीला आणि वस्तूला प्रेमाने सांभाळा.

- भारतीय असल्याचा अभिमान बाळगा. आपल्या बौद्धिक हक्कांसाठी सदैव जागरूक राहा.

टेनिसच्या सामन्यात 'लव्ह ऑल' ही संकल्पना आहे. आपणही म्हणूया 'लव्ह ऑल'. आपण सर्वांवर प्रेम करू या आणि त्या व्यक्ती किंवा वस्तुमधील सर्वोत्तम ते व्यक्त होण्यासाठी प्रयत्न करू या.

तुमचा ॲक्शन-प्लॅन

तेरावा आठवडा

१७ ते २३ मार्च

पारंपरिक चौकटी मोडा!

स्वत:बद्दल आपल्या मनात काही साचेबद्ध कल्पना असतात. जे काही समज आहेत त्यावर आपण लगेच विश्वास ठेवतो. कोणी तरी म्हणतं आणि आपण त्याला सहजपणे, काही विशेष विचार न करता सरळ 'हो' म्हणून जातो. उदाहरणार्थ, मुलींपेक्षा मुलांचं गणित जास्त चांगलं असतं, हा एक समज आहे. मात्र, 'लाइव्ह सायन्स' या अतिशय प्रतिष्ठित जर्नलमध्ये प्रसिद्ध झालेल्या एका संशोधनाने या समजाला चांगलाच धक्का दिलाय. मात्र, गणिताचे किती तरी शिक्षक या समजाला दुजोरा देताना दिसतात. समाजात घट्ट मूळ धरून बसलेला असाच एक दुसरा समज म्हणजे पुरुषांना बाळांची काळजी घेता येत नाही, स्वयंपाक करता येत नाही. ज्येष्ठ मंडळी त्यांच्या अनुभवातून व वयामुळे व्यवसायासाठी काही चौकटी ठरवून ठेवतात व असा दावा करतात, की पुढे वारसाहक्काने तरुण, हुशार मंडळींना असणाऱ्या समजेपेक्षा त्यांचीच व्यवसायाची समज अधिक आहे.

आपण अशा स्वत:बद्दलच्या व इतरांबद्दलच्या समजांना हद्दपार करू या. बहुतेक दंतकथांना काहीच आधार नसतो. त्या तर्कशुद्ध

नसतात. त्यांना जीवशास्त्रीय आधारही नसतो. फक्त संस्कृतीच्या संदर्भाने पिढ्यान्पिढ्या त्या चालत आलेल्या असतात. कधी कधी त्या लैंगिकतेवर आधारित असतात. त्यावरही वास्तवापेक्षा वातावरणाचा प्रभाव असतो. पूर्वजांनी पाळलं म्हणून आपण स्वीकारतो. बस्स, एवढंच! स्त्रियांनी काय करायचं आणि पुरुषांनी काय करायचं या गोष्टी परंपरेने चालत आलेल्या असल्या तरी त्या तपासण्याचा हक्क प्रत्येकाला आहे. अर्धनारी नटेश्वराची प्राचीन संकल्पना दुसरं काय सांगते?

खरं तर प्रत्येक माणसात स्त्री आणि पुरुष यांचा समन्वय असतोच. अर्धनारी नटेश्वर या संकल्पनेत आदर्श माणूस कसा हवा हे सांगितलं आहे. अशा स्त्री किंवा पुरुषात योग्य ताकद हवी, मनाची कोमलता हवी. विचार तर्कसंगत असावेत. सृजनशीलताही हवी. शक्ती हवी तशीच संवेदनशीलताही हवी. यिन आणि यँग यांचं आदर्श स्वरूप, स्त्री आणि पुरुष दोघांतले गुण हवेत.

अनेक पुरुषांच्या मते कामाच्या ठिकाणी सहानुभूती वगैरे असण्याची काही गरज नाही. कठोरता हवी. सहानुभूती असणं हे कमकुवतपणाचं लक्षण आहे. चांगुलपणा आणि प्रेमळ असणं हे 'वृद्धत्वा'कडे झुकण्याचं लक्षण आहे. मला मात्र वाटतं, की खास स्त्रीमधले जे गुण आहेत ते कामाच्या ठिकाणी असायला हवेत. त्यामुळे तिथे सृजनशीलता येईल. त्यामुळे ते ठिकाण जास्त सजीव होईल, चैतन्यपूर्ण होईल.

- **संवादकौशल्य आणि देहबोली :** पुरुषांच्या मेंदूतल्या संवादक्षेत्रापेक्षा स्त्रियांच्या मेंदूतलं संवादक्षेत्र मोठं असतं. स्त्रिया शब्दांकडे जास्त लक्ष देतात. त्या न बोललं गेलेलं, मनातलंही ओळखतात. देहबोलीबरोबरच बोलणाऱ्याच्या चेहऱ्यावरच्या हावभावांकडे त्यांचं लक्ष असतं.

- **'एकमेकांशी बोलणं' विरुद्ध 'समस्या सोडवणं' :** बहुतेक पुरुषांना जेव्हा एखादी समस्या भेडसावते तेव्हा कोणाशी काहीही न बोलता स्वत: ती समस्या सोडवण्याकडे त्यांचा कल असतो. त्याउलट, कोणाशी समस्या बोलता आल्या नाहीत तर स्त्रिया जास्त दु:खी होतात. त्यांना मित्राशी किंवा मैत्रिणीशी सर्व काही बोलायचं असतं. प्रत्यक्षात या मित्र/मैत्रिणींनी समस्या सोडवल्या नाहीत तरी चालतं, केवळ ऐकून घेतलं जाणं ही स्त्रियांची गरज असते.

- **आकर्षण आणि सेक्स :** स्त्रियांच्या मेंदूत सेक्सचं क्षेत्र हे पुरुषांच्या मेंदूतल्या सेक्सच्या क्षेत्रापेक्षा लहान असतं. त्यामुळे स्त्रिया स्वत:च्या दिसण्याबद्दल

काळजी घेतात, पण त्याचबरोबर व्यक्तिमत्त्व आणि इतर गोष्टींनाही महत्त्व देतात. याउलट, पुरुष शारीरिक सौंदर्याकडे आकर्षित होतात आणि एखाद्या सुंदर स्त्रीचा सहवास मिळवण्यासाठी काही गोष्टींचा त्यागही करू शकतात.

- **आक्रमकता विरुद्ध मुत्सद्दीपणा** : जीवशास्त्रीयदृष्ट्या स्त्रियांना संघर्ष आवडत नाही. सर्वसाधारण स्त्री नेहमीच संघर्ष टाळण्याचा आटोकाट प्रयत्न करते. तिला शांतता हवी असते. सर्वसामान्य पुरुषाला मात्र कोणी आव्हान दिलं तर तो भिडतोच. अशा वेळी बाकी कसला विचार तो करत नाही.

- **तर्कसंगत विचार विरुद्ध भावनिक विचार** : सर्वसामान्य पुरुष भावनेच्या अंगाने फारसा विचार करत बसत नाही. स्त्रिया मात्र ज्या गोष्टींकडे पुरुष दुर्लक्ष करतात त्याही भावनांचा नीट विचार करून जो उपयुक्त असेल तोच निर्णय घेतात.

अर्धनारी नटेश्वर किंवा स्त्री आणि पुरुषाचे गुण स्वत:मध्ये कसे आणायचे याबद्दल खाली काही गोष्टी सुचवल्या आहेत. यातल्या काही गोष्टी फार साध्या वाटतील; पण त्या गोष्टी तुम्ही जर तुमच्या आयुष्यात आणू शकलात तर आपल्यातले काही पूर्वापार समज दूर व्हायला सुरुवात होईल. आपण उगाचच या समजांना धरून बसलेलो असतो. जर अर्धनारी नटेश्वर संकल्पनेप्रमाणे तुम्ही मुळातच पूर्ण माणूस असाल तर ते छानच आहे. तुमच्याकडे बघून इतरांना नक्कीच प्रोत्साहन मिळेल.

समज मोडायचे असतील तर हे करा–

जर तुम्ही स्त्री असाल तर

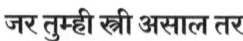

* गाडीचं टायर बदलायला शिका.

* आपली मते ठामपणे मांडा.

* खर्चाचे अंदाजपत्रक व व्यवहार स्वतःच्या ताब्यात घ्या.

* सी.ई.ओ. बनण्याची इच्छा बाळगा.

* फ्यूज बदलायला शिका.

* कराटे शिका.

जर तुम्ही पुरुष असाल तर

* आपल्या बाळाची काळजी घ्या.

* स्वयंपाकात रस घ्या.

* कविता करा. संगीत शिका.

* घर सजवा.

* संघर्ष टाळा.

* पसारा आवरा.

* छान मसाज करायला शिका.

तुमचा ॲक्शन-प्लॅन

चौदावा आठवडा

२४ ते ३० मार्च

प्रेमाने जवळ घ्या; इतरांना आणि स्वत:लाही!

३१ मार्च पुढ्यात येऊन ठेपलाय. एका आर्थिक वर्षाचा शेवट. त्यामुळे डोक्यात आणि ऑफिसच्या टेबलावर चाललेला गोंधळ! पुरते थकून गेलायत ना? सगळं कधी एकदा संपतंय असं झालं असेल! आरशात स्वत:कडे बघणंही नकोस झालंय ना? तुम्हाला माहीतेय का, या सगळ्या अतिताणामुळे आणि थकव्यामुळे तुमचे जे मेडिकल रिपोर्ट्स येतात ते डॉक्टरांनाही बघायला आवडत नाहीत!

आपल्या शरीराची काळजी आपणच घ्यायला हवी. शरीर म्हणजे आपलं स्वत:चं घर आहे. आपल्या शरीराकडे लक्ष द्या. रोज व्यायाम करण्यात, सकस अन्न खाऊन शरीराचे लाड करण्यातही एक मजा आहे. ती मजा घ्यायला शिका. ऑस्कर वाइल्ड म्हणतात, 'स्वत:वर प्रेम करणं म्हणजे एक आयुष्यभर चालणारा रोमान्स आहे. ही एक छान, मनाला उमेद देणारी भावना आहे.'

यानंतर करायची महत्त्वाची गोष्ट म्हणजे जे जे आपल्या आयुष्यात आहेत त्यांना जवळ करण्याची. हे जवळ घेणं कधी प्रत्यक्ष शरीराने असेल, कधी शब्दांनी, तर कधी शब्द न वापरतासुद्धा! तुमच्या प्रिय व्यक्तींना त्यांच्याबद्दल तुमच्या मनात काय भावना आहेत हे कळू द्या. तुमचं आयुष्य आनंदी करण्यात त्यांचा काय वाटा आहे हे त्यांना आवर्जून सांगा.

बायबलमध्ये म्हटलंच आहे, दुसऱ्यांवर प्रेम करा. आपलं अंत:करण सहृदय असलं पाहिजे. दुसऱ्या व्यक्तींना क्षमा करता आली पाहिजे. संशोधन सांगतं, की दुसऱ्यांची काळजी घेण्यामुळे आपल्या शरीराची प्रतिकारक्षमता ४० टक्क्यांनी वाढते. जे एखाद्याविषयी मनात राग ठेवून जगतात, त्यांच्यापेक्षा जे क्षमा करायला शिकतात ते जास्त आनंदी असतात, निरोगी असतात.

'फरगिव्हनेस इन्स्टिटयूट'चे संस्थापक डॉ. रॉबर्ट एनराइट यांनी एक अभ्यास केला आहे. काही व्यक्ती एखाद्याविषयीचा राग दीर्घकाळ मनात धरून ठेवतात. ते दुसऱ्याला माफ करत नाहीत. ते तापट असतात. त्यांच्या मनातली ही भावना शरीरावर दुष्परिणाम करते. याउलट, ज्या व्यक्ती क्षमाशील असतात त्यांची तब्येत खरोखरच इतरांपेक्षा चांगली असते. विशेषत: मेंदूवर आणि हृदयावर अशा वागण्याचा चांगला परिणाम होतो. आपल्या मनोवस्थेचा फार जवळचा संबंध शारीरिक अवस्थेशी असतो. त्यामुळे ज्यांच्याबद्दल तुम्हाला मनापासून काही वाटतं त्यांना भेटा. जुने हेवेदावे दूर करा. मनात कसलीच जळमटं ठेवू नका. तुम्ही जर असं करू शकलात तर तुम्हालाच आनंद होईल. फक्त तुमच्या आनंदाकडे लक्ष द्या आणि त्यातून मिळणाऱ्या सकारात्मक ऊर्जेकडे. एक स्क्रॅपबुक तयार करा. त्यात तुमच्या आसपास असणाऱ्या व्यक्तींविषयी मोकळेपणाने लिहा. सगळ्यांना घेऊन एकदा सिनेमाला जा. त्यांना प्रेमाने जवळ घ्या.

कोणत्याही प्रकारचा सोशल ग्रुप असणं ही खरोखर एक चांगली गोष्ट आहे. दुसऱ्यांसाठी काहीही करताना जे समाधान मिळतं ते आगळंच असतं. त्यातून आपण खरेखुरे आणि मनापासून समाधानी होत असतो. 'होली बुक'मध्ये म्हटलं आहे, 'बेअर अनदर्स बर्डन्स'. दुसऱ्यांची ओझी हलकी करा. जे लोक दुसऱ्याचा विचार करू शकत नाहीत ते आनंदी राहू शकत नाहीत. स्व-प्रेमात तुम्ही अडकू नका. ज्यांना तुमची खरी गरज आहे त्यांना जाऊन भेटा. अशा छोट्या छोट्या गोष्टी केल्याने आपलं आयुष्यच थोर होऊन जातं. देवाचे अक्षरश: आभार मानावेसे वाटतात.

हे करून झाल्यावर अर्थातच अंतरंगात डोकावा. स्वत:विषयी प्रेम व्यक्त करा. स्वत:लाच एक छान मिठी मारा. आपण किती कष्टाळू आहोत, दिवसाकाठी किती

प्रकारची कामं करतो, दुसऱ्यांना किती छान मदत करतो, खरोखर आपल्या आयुष्यातला एक खास माणूस म्हणजे आपणच आहोत, अशा शब्दांत स्वत:चं कौतुक करा, स्वत:चीच पाठ थोपटून घ्या. एखादी वही विकत आणा आणि स्वत:चंच स्वत:शी असलेलं प्रेमप्रकरण त्यात लिहून काढा मस्तपैकी!

स्वत:वर प्रेम करण्यासाठी हे कराच-

- स्वत:लाच एक प्रेमपत्र लिहा. स्वत:मधलं आंतरिक सौंदर्य जाणा. आपण कोणत्या गोष्टी छान करू शकतो हे शोधा. आपण इतक्या चांगल्या व्यक्ती कशामुळे झालो आहोत याचा विचार करा. ल्युसिली बॉल यांनी म्हटल्याप्रमाणे तुम्ही आधी स्वत:वर प्रेम करा, बाकी सगळ्या गोष्टी आपसूक नीट होतील.

- आपल्या मनात अनेकांविषयी कृतज्ञता असते. ती व्यक्त करण्यासाठी एक डायरी करा. त्यात सर्व काही लिहून काढा. देवाचे आभार माना. त्याच्याकडून आशीर्वाद मागा.

- 'बौद्धिक क्षमतेपेक्षा 'मी हे करू शकते/तो' हा विचार अधिक महत्त्वाचा आहे. आपलं लहानसं यशही साजरं करा. आपल्या मनातल्या टीकाकाराला शांत करा. स्वत:शी अत्यंत प्रेमळ भाषेत, आदराने बोला.

- चिंता करणं सोडा. जी गोष्ट बदलणं आपल्या हातात नाही त्याविषयी चिंता करायची नसते. चिंता सोडली की आपण खरंच आनंदी होतो.

- प्रार्थना करा. ध्यान करा. आपल्याला देवाने जन्माला घातलंय हे लक्षात ठेवा. स्वसामर्थ्य लक्षात घ्या.

- स्वप्नं बघा. शोध घ्या. आयुष्याच्या शेवटी अपूर्ण राहिलेल्या स्वप्नांबद्दल पश्चात्ताप करू नका.

❀ ❀ ❀

तुमचा ॲक्शन-प्लॅन

पंधरावा आठवडा

३१ मार्च ते ६ एप्रिल

आशा-आकांक्षांचे नवे दिवस

ईस्टर संडेचा दिवस एक नवी आशा घेऊन येतो. पुनर्जन्म, पुनर्निर्मिती, चिरंतन टिकणारी मूल्यं या सगळ्याची आठवण या निमित्ताने होते. हा एक आनंदाचा दिवस आहे. रंगाने लालसर असलेल्या ईस्टर एग्जसह हा दिवस साजरा केला जातो. या दिवशी कुटुंबीय एकत्र जमतात, एकत्र जेवतात, मजेत दिवस घालवतात. या दिवशी म्हणे एका रशियन राजकुमारींनी रत्नांनी मढवलेलं सोन्याचं अंडं कोणाला तरी दिलं होतं. हे अंडं फबर्रे नावाच्या सोनाराने बनवलेलं होतं अशी लोककथा आहे. चाळीस दिवसांच्या लेंटेन उपवासानंतर हा दिवस येतो.

व्यक्तिगत पातळीवर बघायचं तर आयुष्यातली सातत्याने चालणारी एकमेव गोष्ट म्हणजे बदल. कालचक्र हे असंच सतत बदलत असतं. उपवासापासून मेजवानीकडे, दु:खापासून आनंदाकडे, पराभवापासून विजयाकडे, अंधारापासून प्रकाशाकडे, आणि मृत्यूपासून चिरंतनाकडे अशी जीवनाची आपली वाटचाल सतत चालूच असते. हा दिवस असं सांगतो, की चांगले दिवस काय आणि

वाईट दिवस काय, दोन्हीही कायम टिकत नाहीत. बायबलमध्ये असं म्हटलंच आहे, 'हेही बदलेल'.

ईस्टरचा हा संदेश लक्षात घेऊनच आपल्याला नव्या आर्थिक वर्षात पाऊल टाकायचं आहे. १ एप्रिलला नवं आर्थिक वर्ष सुरू होतं. काही महत्त्वाच्या गोष्टी-

- प्रत्येक गोष्ट बदलणार आहे.

- कालचक्राची दिशा सतत बदलत असते. त्यामुळे आयुष्यात चढ-उतार हे होतच असतात. दोन्हीही तात्पुरतं असतं. मात्र, कोणतीही गोष्ट कायम टिकत नाही.

- चांगल्या गोष्टी या आपल्या आसपासच कुठे तरी आहेत. त्या घडणार आहेतच, यावर विश्वास ठेवा. तोपर्यंत खूप मेहनत करा आणि मनात आशा जिवंत ठेवा.

- एखाद्या गोष्टीची आशा असणं, अपेक्षा ठेवणं यासुद्धा सकारात्मक गोष्टीच आहेत. मात्र, तोपर्यंत थांबू नका. चालत राहा.

- तुमचं जुनं रूप टाकून द्याल तेव्हाच बदल घडेल. एखादं बीज हे त्यातून अंकुर फुटेपर्यंत बीजच असतं. मात्र, त्यात खऱ्या अर्थाने परिवर्तन घडतं तेव्हाच त्यातून रोप जन्माला येतं. त्या लहानशा रोपाचाच पुढे मोठा वृक्ष होतो.

तेव्हा आता बाह्या सरसावून कामाला लागा. ३१ मार्चपर्यंत व्यक्तिगत आणि कॉर्पोरेट्समधली खात्यातील रक्कम तपासून सर्व देणी देऊन टाका. ज्यांच्याशी तुमचे छोटे-मोठे संघर्ष/भांडणं होती ते विसरून जा. तुमचे जे काही शत्रू असतील तर त्यांना भेटा. मागच्या वर्षाबद्दल देवाचे आभार माना. नव्या वर्षाकडे बघा. भविष्य घडवण्यासाठी सज्ज व्हा. हेच आहेत आशा-आकांक्षांचे नवे दिवस.

'डेबिट' आणि 'क्रेडिट' ही एक सतत चालणारी गोष्ट आहे. ३१ मार्चचा दिवस ख्रिसमस आणि नववर्षासारखे उत्सवी दिवस टाळून येतो, पण तोसुद्धा तितक्याच आनंदाने साजरा करण्याचाच दिवस आहे हे नक्की. बघा ना, फेब्रुवारी-मार्चच्याच काळात नवं धान्य शेतात येत असतं. हे होऊन गेलं त्यात समाधान माना. आपापल्या कामाच्या जागांवरची धूळ झटका. सगळं स्वच्छ करा. एक नवं आर्थिक वर्ष धनधान्य आणि समृद्धी घेऊन समोर उभं आहे.

आर्थिक समृद्धीसाठी हे करा–

- अधिक जबाबदार व्हा. आर्थिकदृष्ट्या स्वयंपूर्ण व्हा.

- जोपर्यंत तुमचं कर्ज फिटत नाही किंवा कमी होत नाही तोपर्यंत नवीन जबाबदाऱ्या स्वीकारू नका.

- जोपर्यंत घरावर कर्जाचा बोजा आहे तोवर घरातल्या लोकांना दडपण वाटत राहतं. मोकळं, स्वस्थ वाटत नाही. त्यामुळे कर्ज घ्यावं लागतच असेल तर अगदी कमीत कमी व्याज द्यावं लागेल असं बघा.

- तुमच्या पालकांनी जे काही केलं तेच तुम्ही करत असाल, तर जिथपर्यंत तुमचे पालक पोचले तिथपर्यंतच तुम्हीही राहाल. तुम्हाला जर वेगळं काही करायची इच्छा असेल तर गोष्टी वेगळेपणानं कराव्या लागतील.

- स्टीव्ह जॉब्जनी म्हटलं होतं तसं करा. जे करायला तुम्हाला आवडतं ते शोधा, तेच काम करा, म्हणजे काम हे कधीच ओझं वाटणार नाही.

- बचत करा. दीर्घकालीन गुंतवणूक करा. रोज रोज पैशांचा आढावा घेत बसू नका.

- भांडवल हे बीज आहे. ते वाढवायला शिका.

- नवा व्यवसाय सुरू करा. किंवा त्यात भाग घ्या किंवा त्यात गुंतवणूक करा.

- तुमचे ॲसेट्स निर्माण करण्यावर भर द्या म्हणजे मोठी रक्कमच बाजूला पडेल. याचा तुम्हाला फायदा होईल.

- त्याचबरोबर स्वत: काही तरी कष्ट करा. भाज्या पिकवा. स्वत: हाताने एखादी सुंदर वस्तू तयार करून भेट द्या.

- माळ्यावर पडलेल्या वस्तू दुरुस्त करून घ्या. त्यांना नवं रूप द्या.

- स्वत: पिकवलेलं खाण्यात वेगळीच मजा आहे.

- 'इम्प्रेशन मॅनेजमेंट' करणं सोडून द्या. म्हणजे दुसऱ्यावर इम्प्रेशन मारण्याच्या नादात चुकीच्या गोष्टी करत बसू नका. तुम्ही जसे आहात तसेच राहा. उगाचच वेगळी इमेज तयार करण्याच्या फंदात पडू नका.

- बिल गेट्स, वॉरेन बफे यांनी स्वतःकडचे पैसे चांगल्या कामांसाठी दिले. त्यांच्यासारखंच आपल्या पैशांचाही योग्य विनियोग होतोय ना हे बघा.

आपण भारतीय लोक या सहस्रकात अचानक श्रीमंत कशामुळे झालो, तर माहिती आणि तंत्रज्ञानाच्या क्षेत्रात वाढ झाल्यामुळे. अर्थातच सरकारला या क्षेत्राला लाल फितीत बांधता येणं शक्य नसल्यामुळेही! याचप्रमाणे १२०० च्या शतकात फ्लोरेंटिन श्रीमंत झालं ते कशामुळे? तर तलम वस्त्र बनवण्याचा शोध लागल्यामुळे. १६०० मध्ये डच लोक श्रीमंत झाले ते जहाजबांधणी आणि सामुद्रिक क्षेत्रात नव्या शोधांत पैसा गुंतवल्यामुळे. कोलंबस, वास्को-द-गामा आणि मार्को पोलोसारखे लोक मोठ्या धाडसाने नव्या जगाच्या शोधात निघाले. त्यांनी इतर देशांतून पैसा आपल्या देशात आणला. ही नावं घेण्याचा हेतू कळला ना? या वर्षी तुम्हीसुद्धा समृद्धी तुमच्याकडे आणू शकाल. फक्त आशा सोडू नका.

तुमचा ॲक्शन-प्लॅन

सोळावा आठवडा

७ ते १३ एप्रिल

एक 'ब्रेक' हवाय का?

आपलं आयुष्यं म्हणजे यशासाठी चालू असलेला अथक झगडा आहे ना! एखाद्या मोठ्या रोलरकोस्टरमध्ये आपण बसलोय.. आणि तिथून बाहेर पडण्याची संधीच नाहीये. आपण रेल्वेत बसलेलो असताना सर्व काही भराभर सरकत जातं. काय जातंय तेही कळत नाही कित्येकदा. तसं होतंय का? जर असं असेल तर तुम्हाला नक्कीच थोडं थांबण्याची गरज आहे. ब्रेक घ्या, ज्याचा तुम्हाला आयुष्यभरासाठी फायदा मिळेल. तुमचा सेलफोन बंद करा, आय पॅड बंद करा. आता स्वत:ला हा अवघड प्रश्न विचारा... तू कुठे चालला/चालली आहेस? हीच वेळ आहे स्वत:ला सगळ्या चक्रापासून लांब न्यायची. नुसतं पळत सुटण्यापेक्षा, स्वत:ला प्रामाणिकपणे विचारा. याच वळणावर तपासा स्वत:ला- तुला नक्की काय हवंय? तुझ्या आयुष्याचा हेतू काय?

एका झेन गुरूची गोष्ट इथे आठवते आहे. त्यांनी दोन कपांमध्ये चहा भरून घेतला. दोन्ही कप शिष्यांसमोर ठेवले. त्यांना सांगितलं, ''दोन्ही कप भरलेले आहेत. मला जे ज्ञान आहे ते एका कपात आहे

असं समजा. दुसऱ्या कपात तुमचं ज्ञान आहे असं समजा. तुम्हाला जर असं वाटत असेल की मी तुम्हाला काही एक ज्ञान द्यावं, तर त्यासाठी तुम्हाला तुमचा कप रिकामा करावा लागेल.'' हाच संदर्भ जर आपल्या आयुष्याला लावला तर? नवीन काहीही करायचं असेल तर आधी आपल्याला कप रिकामा करावा लागेल. कोऱ्या पाटीने जगाकडे बघावं लागेल. आपण नवीन काही शिकतो तेव्हा मनात अतिशय कुतूहल दाटून आलेलं असतं, तसंच.

आता एखादं रिकामं पान समोर घ्या. 'माझ्या आयुष्याचा खरा उद्देश' असं वर लिहा. खाली तुम्हाला जे सुचेल ते लिहीत राहा. खूप साऱ्या गोष्टी लिहून होतील, पण लिहीत राहा. लिहिताना एका क्षणी तुम्हाला वाटेल, की हां, हेच ते! मला हेच करायचं आहे. हे सर्व करायला तुम्हाला कदाचित वीस मिनिटं पुरतील, कदाचित वीस दिवस लागतील. एक वर्षही लागू शकतं. पण ज्या क्षणी तुम्हाला तुमचं ध्येय सापडेल तेव्हा तुमचं मन आनंदाने आणि उत्साहाने भरून गेलेलं असेल.

आपल्याला आयुष्याचं उद्दिष्ट कसं सापडेल ?

हे काही प्रश्न बघा. त्यांची उत्तरं शोधा. त्याची तुम्हाला मदत होईल.

- मला सर्वांत जास्त काय करायला आवडतं ?

- मी रिकाम्या वेळेत काय करते/करतो ?

- माझं लक्ष सर्वप्रथम कुठे वेधलं जातं ?

- मला सर्वांत जास्त काय शिकायला आवडतं ?

- माझ्यातली सृजनशीलता कशामुळे जागी होते ?

- माझ्यात अशी कोणती गोष्ट आहे ज्याचं जास्त कौतुक होतं ?

- माझी सर्वांत आवडती गोष्ट मला कशी सापडेल ?

- माझ्या आयुष्याचं उद्दिष्ट काय आहे ?

जोपर्यंत तुम्हाला तुमच्या आयुष्याचं उद्दिष्ट सापडत नाही तोपर्यंत एक सर्वसामान्य आयुष्य आपण जगत राहतो. त्यामुळे, उठा आणि तुमच्यासाठी मोठी असलेली स्वप्नं बघा. त्यासाठी प्रयत्न करा. स्वतःच्या आत डोकवा. आपल्याला चांगल्या वाटणाऱ्या गोष्टी करा. तुम्हाला नक्की सापडेल तुमचं उद्दिष्ट.

मला सापडलेलं उत्तर असं- प्रत्येक दिवस साजरा करण्यासाठी मनापासून- अगदी हृदयापासून प्रत्येक क्षण जगा. तुमच्यातला उत्साह, धाडस यामुळे दुसऱ्यांनाही प्रेरणा मिळेल. आयुष्यातल्या शेवटच्या क्षणी तुमच्या मनात कसलाही पश्चात्ताप नसेल.

जेव्हा तुम्हाला तुमचं खरं उद्दिष्ट सापडेल तेव्हा जगण्याला योग्य दिशा मिळेल. प्रत्येक मिनिट तुम्ही या कामाला द्याल. आपल्याला अंतिमत: जे करायचंय तेच करा. हे ठरवण्यासाठी काही क्षण थांबण्याची, विसावा घेण्याची फार गरज असते. मला खात्री आहे, ब्रेक घेण्याच्या कल्पनेशी तुम्ही नक्कीच सहमत असाल.

फक्त स्वत:साठी एवढं कराच-

- तुमची ध्येयं लिहून काढा. ती कधीपर्यंत, कोणत्या दिवसापर्यंत पूर्ण करायची आहेत हे लिहा.

- पुढच्या वर्षीच्या कामांचं नियोजन करा.

- दर महिन्यात आपली प्रगती तपासा.

- यश छोटं असो किंवा मोठं, स्वत:चं कौतुक करायला विसरू नका.

❀ ❀ ❀

तुमचा ॲक्शन-प्लॅन

सतरावा आठवडा

१४ ते २० एप्रिल

प्रौढत्वी निज शैशवाला जपा!

तुमच्या आयुष्यात सर्वांत महत्त्वाचं नातं कोणतं, तर स्वतःशी असलेलं नातं! त्यामुळे आधी स्वतःवर प्रेम करा.

पण आपण ही साधी गोष्ट करतो का? आपण स्वतःला प्रेमाने वागवतो का? स्वतःशी कसे बोलतो आपण? किती कठोर होतो आपण स्वतःशीच? आपल्या मनात सतत कसली रेकॉर्ड चालू असते? सतत आपण स्वतःवरच टीका का करतो? आपला स्वतःकडे बघण्याचा दृष्टिकोन जरा बदलायला हवा आहे असं नाही वाटत तुम्हाला?

तुमचे समवयस्क आणि ज्येष्ठ व्यक्तींना प्रेम द्या. हा सकारात्मक बदल स्वीकारा. स्वतःचं ऐका. स्वतःचं कौतुक करा. स्वतःची काळजी घ्या.

स्वयंशिस्त तुम्हाला खरं स्वातंत्र्य देते. स्वतःला क्षमा करायलाही शिका.

वर्तमानकाळात प्रत्येक क्षण भरभरून जगा.

जगण्यासाठी जसं काम हवं तसं प्रेमही हवं. स्वत:ला एखादी भेटवस्तू देणं हीच अतिशय छान भेट आहे.

काम करताना जरूर पडल्यास दुसऱ्यांची मदत अवश्य घ्या. स्वत: सगळ्या गोष्टी करण्याचा अट्टहास करू नका. कामासाठी नेटवर्क उभारा. प्रत्येक घटनेवर आपलंच नियंत्रण असलं पाहिजे असं काही नाही.

काही ठराविक काळानंतर स्वत:त डोकावून बघा. स्वत:त बदल करण्याची गरज असेल तर ते नक्की करा.

आपण जी काही आश्वासनं दिली आहेत ती अवश्य पाळा. कारण प्रत्येकाच्या मनात एक न्यायाधीश बसलेला असतो. तो न्यायाधीश आपल्याला शिक्षाही करू शकतो.

एखादं गुलाबाचं रोप जितकं मनमोहक दिसतं तितकंच छोटंसं कॅक्टसही सुंदर दिसतं. गुलाबाइतकं कॅक्टसवरही प्रेम करा.

स्वत:ला जसं आहे तसं स्वीकारण्याची सवय लावून घ्या. आपलं शरीर आणि मन जसं आहे तसं स्वीकारा. या कशातही सुधारणा घडवून आणण्याची तुमची इच्छा असेल तर हे काम प्रेमाने आणि काळजीनेच करा. आज आणि आत्ता तुम्ही जसे आहात त्या असण्यावर प्रेम करा.

आपलं आयुष्य ही आपल्याला मिळालेली अद्भुत भेट आहे, मग ते भलं-बुरं कसंही असो!

इतरांवर प्रेम करा. तुमची प्रिय माणसं ज्यात स्वत:ला बघतात असा आरसा आहात तुम्ही. त्यांच्याशी छानच वागा. त्यांच्याशी प्रोत्साहनपर चार शब्द बोला. त्यांच्या मनावर तुमची प्रेमळ प्रतिमा ठसली पाहिजे. केल्व्हिन कूली हे प्रख्यात समाजशास्त्रज्ञ आहेत. त्यांनी 'मिरर इमेज'बद्दल लिहिलं आहे, 'तुम्ही माझ्याबद्दल जसा विचार करता तसाच मी आहे असं मला वाटतं.' जर तुम्ही एखाद्याला कायम क्षुद्र लेखत असाल तर ती व्यक्ती कधीच आत्मविश्वास मिळवू शकणार नाही. जर तुमच्यामुळे असं काही झालं तर तुमच्या मनाची घडीदेखील विस्कटते, अस्वस्थता येते.

तुमचं कुटुंब जसं आहे तसं स्वीकारा. आपल्या मुलांकडून अवास्तव अपेक्षा करणं म्हणजे त्यांच्यावर मानसिक ओझं लादणं. आपल्या जोडीदाराकडून कादंबरीतल्या कथेसारख्या अपेक्षा करण्याने दोघंही दु:खी होतात. आपल्याबद्दल प्रेम वाटत नाही

याचं दु:ख असतंच, शिवाय एक प्रकारची अपुरेपणाची भावनाही मनात घर करून बसते. यातून मग स्वभाव लहरी, चिडचिडा बनत जातो.

स्वत:मध्ये कधीही कोणाबद्दल सूडाची भावना येऊ देऊ नका. मनात काही आलंच तर सोडून द्यायला शिका. फक्त स्वत:शीच स्पर्धा करा. दुसऱ्यांची प्रगती आणि यश यात आनंद माना.

'प्रौढ' झालात तरी तुमच्यातील 'शैशवा'ला सांभाळा. तुमच्यातलं मूलपण कायम जपून ठेवा. त्याचे लाड करा, त्याला मोकळेपणा द्या आणि स्वत:तल्या बाळावर भरभरून प्रेम करा!

स्वत:ची काळजी घेण्यासाठी हे कराच-

- स्वत:ची काळजी घेण्यासाठी डॉक्टर्स, ब्यूटीशियन्स, मसाजर्स यांच्याशी भेट ठरवून घ्या.
- फक्त स्वत:साठी, विश्रांती घेण्यासाठी दैनंदिन कामातून सुट्टी घ्या.
- आपली प्रिय माणसं, मित्र-मैत्रिणी यांना वरच्यावर भेटत राहा.
- आपल्याला गमतीचं वाटेल, छान वाटेल असं काही तरी करा.
- स्वत:ला क्षमा करायला शिका. तुम्ही काय करताय ते लिहून काढा आणि नंतर नीट फाडून टाका.

तुमचा ॲक्शन-प्लॅन

अठरावा आठवडा

२१ ते २७ एप्रिल

किती कमावलं म्हणजे पुरेसं होईल?

मोठा पुरुष आणि मुलगा यांच्यात काय फरक असतो? त्यांच्या खेळण्यांच्या किमतींवरून ते कळतं. तुम्हाला किती खेळणी हवीत? आणि त्यासाठी तुम्ही किती पैसे खर्च करणार?

चीनमधल्या एका सतरा वर्षांच्या मुलाने आपली किडनी विकली. का? तर त्याला म्हणे आयपॅड विकत घ्यायचा होता!

एखादी नवी आलेली इलेक्ट्रॉनिक्सची वस्तू घेण्यासाठी, ब्रँडेड शूज घेण्यासाठी मुलं चक्क आपलं रक्त विकतात, स्पर्मदेखील विकतात, अशा बातम्या येताहेत. चंगळवादाने या किशोरवयीन वयात कसा शिरकाव करून घेतलाय ते यावरून दिसतं.

माझे गुरू म्हणतात, 'हे जग म्हणजे पंचतारांकित बुफे आहे. टेबलवर जे जे सजवून ठेवलं आहे ते सगळंच तुम्ही खाल्लं पाहिजे असं नाही. हे सगळं खाल्लंत तर अपचन होईल!' हेच मदर तेरेसा म्हटल्या होत्या: 'साधं आयुष्य जगा म्हणजे इतरांनाही जगता

येईल.' ग्रामीण भागात दररोज गरीब माणसाला जगायला ३२ रुपये लागतात. तुम्हाला किती पाहिजेत? तुम्हाला प्रमोशन मिळणार आहे; पण त्यासाठी प्रिय कुटुंबाला सोडून साता समुद्रापलीकडे जावं लागणार आहे का? तुमच्या नव्याकोऱ्या घराच्या कर्जाचा हप्ता नक्की आहे तरी किती, ज्यासाठी तुम्हाला सात दिवसातले चोवीसही तास काम करावं लागतंय? काय हवंय तुम्हाला? एक गोंडस बाळ की एक भारीपैकी नवी कार?

लिओ टॉलस्टॉयची गोष्ट आठवतेय ना? 'माणसाला किती जमीन लागते?' या प्रश्नाचं उत्तर आहे- ६ फूट! एवढीच जमीन लागते आपल्याला मरणानंतर पुरण्यासाठी! पण जिवंत आहात तोपर्यंत खऱ्या अर्थाने तुम्ही जगणार आहात की नाही?

खरं तर माणसाला जगायला जेवढं आवश्यक आहे तेवढं त्याला मिळतं; पण माणसाचा हव्यास कधीच संपत नाही, असं गांधीजी म्हणाले होते. हा हव्यासच सगळं काही करायला लावतो. तो संपत्ती, पैसे, वस्तू जमवायला भाग पाडतो. प्रतिष्ठा आणि सत्ता यासाठीच सर्व इच्छा पणाला लागलेल्या असतात. आपल्याला वाटतं, की आपल्याकडे जास्तीत जास्त वस्तू असतील तरच आपल्याला समाधान मिळेल. साधुसंत सांगून गेलेत, की जेवढं आपण जास्त मागू तेवढ्याच आपल्या इच्छासुद्धा वाढतील. आगीत तूप पडलं की आग अजून भडकते; तसंच आहे हे. वाईट असं आहे, की या इच्छा कधीही संपत नाहीत. हे चक्र शेवटच्या दिवसापर्यंत चालूच राहतं. या हव्यासापायी माणसं आपल्या कुटुंबाकडे दुर्लक्ष करतात, इतकंच काय, स्वतःच्या आरोग्याकडेही दुर्लक्ष करतात. निःस्वार्थी प्रेम हीच आपली खरी गरज आहे. ते विसरून माणूस वस्तूंच्या मागे वेड्यासारखा धावत सुटतो.

नुकत्याच झालेल्या जागतिक मंदीच्या बाबतीत भूतानच्या माजी पंतप्रधानांना प्रश्न विचारला, तेव्हा ते स्वच्छ शब्दांत म्हणाले, ''हव्यास! माणसाचा न संपणारा हव्यास!''

आर्थिक निर्णय घेण्यापूर्वी हे कराच-

- या निर्णयाचा माझ्या कुटुंबावर काय परिणाम होईल ?

- या कृतीमुळे माझी प्रतिष्ठा उंचावणार आहे का ?

- माझ्या जवळच्या व्यक्तींवर याचे काही दूरगामी परिणाम होणार आहेत का ?

- ही गोष्ट माझ्या मुलांना आणि पालकांना मी अभिमानाने सांगू शकणार आहे का ?

तुमचा ॲक्शन-प्लॅन

एकोणिसावा आठवडा

२८ एप्रिल ते ४ मे

'नेटायटिस'शी लढा

एखाद्याचं पोट दुखत असेल तर त्याला वाटतं, आपल्याला गॅस्ट्रायटिस झालाय. दुखणं खूपच वाढलं तर कोलायटिसची शक्यता असते. मात्र, सध्या आपल्या सगळ्या समाजालाच एक संसर्गजन्य आजार झालाय, तो म्हणजे इंटरनेटवर अवलंबून राहण्याचा! त्याला आपण म्हणू या नेटायटिस. इंटरनेटवरून सारखं काही तरी डाऊनलोड करण्यामुळे हा आजार होतो- नेटायटिस.

माझे एक डॉक्टर मला एकदा म्हणाले होते, ''माझ्याकडे अनेक पेशंट असे येतात, जे स्वत:च्या आजाराची लक्षणं आणि त्यावरचे संभाव्य उपचार यांची प्रिंट-आऊट घेऊन येतात. ही प्रिंट-आऊट ते मला आधी दाखवत नाहीत. मला माझ्या विषयाची नीट माहिती आहे ना याविषयी ते जणू चाचपणी करत असतात. मी लिहून दिलेली औषधांची नावं आधी गुगल सर्चवर ते तपासतात. त्यानंतर इतरांशी चर्चा करतात. त्यानंतर लोकशाहीतल्या मतदानासारखं त्यात काही औषधं वाढवून किंवा कमी करून घेतात. त्यांना हे सगळं करावंसं वाटतं त्याबद्दल मला काहीच म्हणायचं नाही, पण या सगळ्यात ते

मलाही ओढतात. मला तर वाटतं, आता जन्माला येणाऱ्या सगळ्या बाळांकडे एक 'युजर्स मॅन्युअल' असेल. त्याला आयुष्यात ज्या अवघड गोष्टींना तोंड द्यायचंय त्याबद्दल काय करायचं याचा लेखी आराखडा त्याच्या हातात असेल!''

या सर्व आधुनिक ई-वस्तूंनी माणसाला सारखंच 'दक्ष' अवस्थेत राहायला शिकवलंय. विश्रांती, झोप यावर तर त्यामुळे परिणाम झालाच आहे. पण, जरासं सुस्तावणं हेही भयंकर मानलं जातंय. सतत हातात काही तरी पाहिजेच. अखेरीस मानसशास्त्रज्ञांनी 'इंटरनेट युज डिस्ऑर्डर' या नावाचा आजार म्हणून नोंद केली. तंत्रज्ञानाचा अतिवापर हा वर्तमानकाळातला एक वास्तविक धोका आहे हे नि:संशय.

आपल्यावरही जर याचा दुष्परिणाम झाला असेल तर तो कमी करण्यासाठी काही उपाय-

- टीव्ही आणि व्हिडिओ बघण्यासाठी वेळ राखून ठेवा. तीन तासांपेक्षा जास्त वेळ नकोच.

- घरगुती कार्यक्रम, जेवणांच्या वेळा हा तंत्रज्ञानमुक्त वेळ समजा. कोणाशी तरी छान संवाद साधताना, हवी तशी सुट्टी घालवताना, झोप आणि विश्रांती घेताना खरीखुरी शांतता तुम्हाला मिळेल.

- मेसेजेसना उत्तर देण्यासाठी एक ठराविक वेळ ठरवा. तुमचा फोन सायलेंट मोडवर ठेवा. कोणी तरी आपल्याला फोन करतंय, असं सारखं वाटत राहणं काही बरोबर नाही. जेव्हा शांत असाल तेव्हाच फोन बघा. आपण न्यूरोसर्जनसारखे येणाऱ्या इमर्जन्सीसाठी सतत दक्ष राहण्यासारखे काम करत नाही.

आपलं शरीर म्हणजे एक होडी आहे असं समजा. या होडीला आयुष्याच्या अंतापर्यंत घेऊन जायचंय. तिथपर्यंत जाण्यासाठी ही होडी चांगल्या स्थितीत राहायला हवी. कुठलंही वादळ आलं तरी त्याला तोंड द्यायला ती समर्थ असायला हवी. त्यासाठी या काही गोष्टी करा.

'नेटायटिस'शी लढण्यासाठी हे करा–

- ज्याच्यावर तुमचा पूर्ण विश्वास आहे अशा डॉक्टरला तुमचा 'हेल्थ पार्टनर' बनवा.

- तुमचं आरोग्य कायम चांगल्या स्थितीत राहावं म्हणून त्याचं मार्गदर्शन घ्या. आजारी पडल्यावर डॉक्टरकडे जाणं हाच मुळात उशीर आहे.

- इंटरनेटवर शोध घेऊन स्वत:वर उपचार करू नका, औषधं घेऊ नका.

- नियमित व्यायाम, योग्य व सकस आहार आणि ध्यान यासाठी वेळ काढा.

- दिवसभरात पाच वेळा ब्रेक घ्या. पाच मिनिटांत स्वत:ला छान वाटेल असं काही तरी करा.

- आपण आनंदी कशाने होतो, कशामुळे छान वाटतं हे शोधा. त्याप्रमाणे करा.

यासाठी इंटरनेटची मदत घ्यावी लागली तर ती अवश्य घ्या. पण हो, काम झाल्यावर इंटरनेट बंद करायला विसरू नका.

तुमचा ॲक्शन-प्लॅन

विसावा आठवडा

५ ते ११ मे

आनंदी राहण्याचा राजमार्ग!

प्राचीन काळापासून असं म्हटलं जातंय, की तुम्ही जेवढं देता त्याहून अधिक मिळवता. त्याच धर्तीवर आत्ताचं संशोधन सांगतंय, की दुसऱ्यांना आनंद द्या म्हणजे तुम्हालाही तो मिळेल. पवित्र बायबलमध्ये म्हटलं आहे, की सर्व सैतानी कृत्यांचं मूळ म्हणजे पैसा. नवीन संशोधन मात्र असं सांगतं, की पैशाने आनंद विकत घेता येतो खरा, मात्र जर प्रेमाने मिळवलात तरच!

तेव्हा, उत्साहाने आणि निष्ठेने पैसा कमवा. तुमचं काम अत्यंत कौशल्याने करा. चांगल्या मार्गानेच पैसा मिळवा. इतर कोणालाही न दुखवता पैसा मिळवा. आपली सारासार विवेकाची भावना जागृत ठेवूनच पैसा मिळवा. पैसा मिळवल्यानंतर तो स्वत:साठी आणि इतरांना आनंदी करण्यासाठी खर्च करा म्हणजे दुहेरी फायदा होईल : पैसा मिळवतानाही आनंद मिळेल आणि पैसा खर्च करतानाही!

ही बारा तत्त्वं पाळा आणि आनंद मिळवा. त्यासाठी हे करा-

- वस्तू विकत घेण्यापेक्षा 'अनुभव' विकत घ्या. दागिन्यांच्याऐवजी एखादी सुट्टी घ्या. वस्तू घेण्याऐवजी सिनेमा बघा. पैशाचं मूल्य देऊन जर छान माणसं भेटत असतील, त्यांच्यापासून नवीन काही शिकायला मिळत असेल तर ते शिका.

- एखाद्या गोष्टीचं खरं मूल्य जाणून घ्या. सगळ्याची 'किंमत' माहिती आहे, पण 'मूल्य' मात्र कशाचंच माहीत नाही, असं होऊ देऊ नका.

- विकत घेण्याची इच्छा झाली तर थोडंसं, गरजेपुरतंच विकत घ्या. लॉ ऑफ डिमिनिशिंग रिटर्न्स सांगतो, की तुम्ही खरेदी करण्यासाठी जितके जास्त उत्सुक असता तितकं तुम्ही नवीन खरेदी केल्यावर उपभोगू शकत नाही. कमी खर्च करून खरं 'मूल्य' मिळवा.

- जे काही रोज करता त्यापेक्षा वेगळं काही करा. स्वत:ला काही तरी द्या. स्वत:वर पंचकर्म उपचार करून घ्या. यातून तुम्हाला नवीन अनुभव मिळेल. छान उत्साह वाटेल. एखादा दिवस मित्र-मैत्रिणींबरोबर भटकंती करा. कामाच्या सगळ्या मिटिंग्ज सरळ रद्द करा आणि निवांतपणे ताणून द्या.

- खूप मोठ्या घराचं दूरवरचं स्वप्न बघत त्यासाठी मेटाकुटीला येऊन बचत करत बसू नका. त्यापेक्षा छोट्या छोट्या गोष्टीत आनंद आजच मिळवा. चॉकलेट्स आणि गुलाबांचा आस्वाद घ्या. हवी असेल तेव्हा एखादी छानशी वाफाळती कॉफी घ्या. छान पेहराव करा. छान दिसा, छान रहा.

- कोणाशीच मोठ्या मुदतीचे करार करू नका.

- बचत केलेली असेल तर आपण 'मन:शांती' अनुभवतो हे

खरंय. त्यामुळे वायफळ खर्च आधी बंद करा. त्याऐवजी डोंगरकुशीतल्या एळाद्या निवांत ठिकाणी सुट्टी घालवण्यासाठी बचत करा.

- आत्ता पैसे भरायचेत आणि नंतर ती सेवा मिळवायची आहे, अशा योजना शोधा. यामध्ये दोन वेळा आनंद मिळवायची संधी आहे. जी गोष्ट मिळणार आहे तिची वाट बघण्यातही आनंद आहे. आणि ती मिळाल्यावर पुन्हा एकदा आनंद होतोच. महिन्यातून एखादा सिनेमा, वीकेंड्सना बाहेर जाणं, यासारख्या गोष्टींतून असा आनंद मिळतो.

- 'साजरं' करण्याचं कारण शोधा. सुट्टीची कल्पना करणं आणि त्यातून मिळणारा निवांतपणा, हे दोन्ही आनंददायी खर्चाचे भाग आहेत.

- पैसा कशासाठी खर्च होतो, त्याइतकंच तो कोणत्या कारणासाठी खर्च होतो, हे ही महत्त्वाचं आहे. आपण चांगल्या कामासाठी, चांगल्या व्यक्तींसाठी पैसे खर्च करत आहोत, ही भावना जास्त महत्त्वाची असते. त्यातून खरा आनंद मिळतो.

- मोठी गुंतवणूक करण्याआधी त्याचे तपशील तपासा. एखाद्या समुद्रकिनाऱ्यावर घर विकत घेणं ही कल्पना कागदावर सुखावह आहे. पण तुम्ही ट्रॅफिक जाम चुकवून तर जाऊच शकत नाही. त्या घराच्या रक्षणासाठी माणसं ठेवायचीही गरज पडेल. तेव्हा, असे निर्णय जरा सांभाळूनच.

- इतर कोणाशीही तुलना करू नका. ती टाळली तरी आयुष्यातला खरा आनंद गवसेल.

तुमचा ॲक्शन-प्लॅन

एकविसावा आठवडा

१२ ते १८ मे

आंतरराष्ट्रीय कुटुंबदिनाच्या शुभेच्छा!

१५ मे या दिवशी आंतरराष्ट्रीय कुटुंबदिन असतो. जग फारच स्व-केंद्रित होत चाललं आहे. माणसं स्व-स्वातंत्र्याचा शोध घेत एकमेकांपासून दुरावत चालली आहेत. हा दिवस कुटुंब एकत्र आणण्याचा दिवस आहे. आपले खरे, रक्ताचे बंध ज्यांच्याशी जुळलेले असतात त्यांचा हा दिवस. कुटुंब ही अशी एक संस्था आहे जी माणसाच्या सर्व जीवनचक्रात त्याला साथ देते, प्रत्येक चढ-उतारात त्याच्या सोबत असते.

हा आंतरराष्ट्रीय कुटुंबदिन आपल्याला जीवशास्त्रीयदृष्ट्या एकत्र असण्याच्या फायद्यांची जाणीव करून देतो, तशीच व्यावहारिक हित साधलं जाण्याचीही आठवण करून देतो.

कुटुंबसंस्थेची काही वैशिष्ट्ये अशी सांगता येतील-

- कुटुंबातल्या माणसांमध्ये असलेलं समानत्व.

–   कर्तव्य बजावण्यात, कामांची वाटणी करण्यात मिळालेली इतरांची मदत.

–   एकावरच उदरनिर्वाहाचा बोजा पडत नाही. सर्वांमध्ये जबाबदारी वाटली जाते. मुलं आणि वृद्ध दोघांचीही काळजी घेतली जाते.

–   गर्भवती स्त्रीच्या व बाळाच्याही सर्व गरजांची पूर्ती होते.

–   घरगुती हिंसाचार आणि छळाला आळा बसतो.

–   शालेय मुलांच्या शिक्षणासाठी उबदार आणि प्रोत्साहक वातावरण मिळतं. याशिवाय भाषा, संस्कृती, शिष्टाचार यांचं प्रशिक्षण पुढच्या पिढीला आपोआप मिळतं.

–   कोणतीही संकटं आली तरी कुटुंबाचा आधार अतिशय महत्त्वाचा असतो.

–   अतिशय वेगाने बदलणाऱ्या या जगात कुटुंबामुळे स्थैर्य मिळते.

सामाजिक बदलांमुळे एकत्र कुटुंबं फारशी उरली नाहीत. चांगली नोकरी मिळवण्यासाठी लोक घरापासून दूर गेले. त्यातून विभक्त कुटुंबं आकाराला आली. या बदलत्या काळानुसार बरेच मूलभूत बदल घडले. स्त्रिया कामानिमित्त जास्त काळ घराबाहेर दूर राहायला लागल्या. मास मीडिया आणि इंटरनेट पार झोपण्याच्या खोलीपर्यंत पोहोचला. घटस्फोटाच्या शक्यता वाढल्या. व्यक्तिस्वातंत्र्य हा हक्क बनला.

कुटुंबात राहण्याच्या प्रत्येक व्यक्तीच्या जन्मसिद्ध हक्कास हा दिवस अधोरेखित करतो. समानत्व, घरगुती जबाबदाऱ्यांची वाटणी आणि आयुष्याचा समतोल राखण्याच्या दृष्टीने कुटुंबाचं महत्त्व जाणून घेण्याचा हा दिवस आहे. मानवी समाज अस्तित्वात आल्यापासूनची सर्वांत मोठी संस्था कोणती, तर ती कुटुंबसंस्था!

आजच्या वेगवान जगात छोट्या कुटुंबांना आयुष्याचा समतोल साधणं अवघड आहे, पण त्यातही चांगले आणि आयुष्य सुकर करणारे मार्ग आहेत. दुहेरी अर्थार्जन करणारी ही कुटुंबं घर चालवण्यासाठी आनंदाने कामं आणि जबाबदाऱ्या वाटून घेतात. यात प्रत्येकाला जास्त कष्ट घ्यावे लागतात. मात्र, घरातली लहान मुलंदेखील आपापल्या कामाचा वाटा उचलतात. आपापली खेळणी, पुस्तकं जागेवर ठेवणं ही कामं मुलं स्वतःहून करायला शिकतात. एखादं छोटंसं मूलही टेबल आवरायला मदत करतं. मुलांना शाळेत आणायला–

सोडायला सामायिक कारची व्यवस्था होऊ शकते. जास्तीच्या अभ्यासाची गरज पडली तर तसे शिक्षकही मिळतात. आई-बाबांना सुपरमॉम किंवा सुपरडॅड होण्याची गरज नसते.

सध्याची कुटुंबव्यवस्था एका वेगळ्याच बदलातून गेली आहे, जाते आहे. पण विभक्त कुटुंब असलं तरी कष्ट करून मुलांसोबत आनंदाने एकत्र राहणारी, एकमेकांना आर्थिक सहकार्य करणारी किती तरी जोडपी आहेत.

आपलं कुटुंब अधिक बळकट करण्यासाठी हे करा-

- एकमेकांमधली बांधिलकी वाढवण्याचा प्रयत्न करा. एकत्र या. एकमेकांना भेटा. त्यासाठी पूजा, प्रार्थना यांचं निमित्त असू द्या. दिवाळी, ईद, गुड फ्रायडे, ख्रिसमस, महावीर जयंती, गुरू नानक जयंती असे दिवस एकत्र साजरे करा.

- तीन वर्षांपर्यंतच्या मुलांच्या जडणघडणीसाठी घरातल्या ज्येष्ठ व्यक्ती मदतनीस ठरू शकतात. जर आई-बाबा नोकरी करत असतील तर मुलांकडे बघण्यासाठी आजी-आजोबांची खूप मदत होते.

- आपल्या कुटुंबातलं यश, चांगले क्षण साजरे करा. अडचणीच्या वेळी एकमेकांना मदतीचा हात द्या.

- कुटुंबासाठी वेळ राखून ठेवा. काम आणि घर या समतोल साधायचा प्रयत्न करा. घरातली कामं वाटून घ्या.

- कुटुंबातल्या ज्येष्ठांचे अनुभव, त्यांचं शहाणपण, प्रेम यांचा सन्मान करा. लहानांना त्यांचा आदर करायला शिकवा. तुम्ही स्वत: त्यांच्याशी जसे वागता तशीच मुलं वागणार आहेत हे लक्षात घ्या.

कुटुंबसंस्था ही आदिमकाळापासून चालत आलेली शाश्वत संस्था आहे. आपण ती टिकवायला हवी. पुढच्या पिढ्यांसाठी ही व्यवस्था टिकवून ठेवायला हवी.

❈ ❈ ❈

तुमचा ॲक्शन-प्लॅन

बाविसावा आठवडा

१९ ते २५ मे

बुद्धांचे शब्द लक्षात ठेवा

'तीन गोष्टी कधीच लपून राहत नाहीत : सूर्य, चंद्र आणि सत्य', असं बुद्धांनी सांगितलंय. बुद्धांचा जन्म मे महिन्यातल्या एका पौर्णिमेला झाला, तेव्हा रात्रीतल्या अंधारात दिवसासारखा लख्ख उजेड पडला होता असं म्हणतात.

इ. स. पू. ५६३ मध्ये शाक्य राजवटीचा राजा शुद्धोधन आणि त्याची प्रिय पत्नी मायादेवी यांचा एकुलता एक मुलगा म्हणजे सिद्धार्थ. नेपाळमधल्या अतिशय सुंदर अशा लुंबिनी बागेत त्याने पहिला श्वास घेतला. बाळाला जन्म देण्यासाठी त्याची आई तिच्या आई-वडिलांच्या घरी गेली होती. या तान्ह्या राजकुमारासमोर जगातली सर्व सुखं हजर होती. पण एक दुःखद गोष्ट घडलीच. त्याच्या जन्मानंतर दोनच दिवसांत त्याची आई गेली. हे बाळ एक तर थोर राजा होईल किंवा मग थोर साधू होईल, अशी भविष्यवाणी वर्तवली गेली. त्याला राजा म्हणून घडवण्यासाठी राजा शुद्धोधनाने बाळासमोरून सर्व गरीब, आजारी आणि वृद्ध व्यक्तींना हटवलं. त्याचं बाळ एका सुंदर पण खोट्या, काल्पनिक विश्वात लहानाचं मोठं झालं

खरं; पण अखेरीस व्हायचं तेच झालं. आयुष्याच्या एका निर्णायक क्षणी दु:खाचं मूळ शोधण्यासाठी त्याने सर्व अडथळे ओलांडले आणि अखेर राजवाडाही सोडला.

हा राजकुमार ज्ञानाच्या शोधात आयुष्यभर फिरला. त्याच्यापर्यंत अखेरीस ज्ञानाचा प्रकाश पोचला तो परिनिर्वाणाआधी काहीच दिवस. त्याची बुद्धी एखाद्या तीक्ष्ण तलवारीसारखी होती. त्याने सर्व गोंधळ, अविचार संपवला. एक अंतिम सत्य त्यांनी सांगितलं, ते म्हणजे सर्व काही क्षणभंगूर आहे. सर्व दु:खांच्या मुळाशी आसक्ती आहे. 'हजारो युद्धं जिंकण्यापेक्षा तुमच्या स्वत:वर विजय मिळवा, तर तो खरा विजय. हा विजय तुमच्यापासून कोणीही हिरावून घेऊ शकत नाही... देवदूत नाही किंवा राक्षसही नाही, स्वर्ग नाही की नरकही नाही.' बुद्धांनी सांगितलंय.

आपलं आयुष्य तपासून बघण्याची आणि इच्छांना ताळ्यावर आणून संपवण्याची हीच योग्य वेळ आहे. 'आपली जीभ हे शस्त्र आहे. या शस्त्राला आवर घालण्याची गरज आहे. रक्तपात न करताही जखमा करण्याची शक्ती या जिभेत आहे. एखाद्याला त्रास व्हावा म्हणून त्याच्यावर टाकण्यासाठी जळता कोळसा हातात धरावा आणि त्या कोळशाने आपलाच हात भाजावा, तसं क्रोध या भावनेचं असतं.' मत्सराच्या सर्पावर मात केलीच पाहिजे. हव्यासाला आवर घातलाच पाहिजे. मनातल्या 'काम'ना काढून टाकल्या पाहिजेत. नवी सुरुवात करायला हवी. नवरसातल्या सकारात्मक भावना उजळवायला हव्यात. प्रेम, सहानुभूती, आनंद, हास्य, धैर्य आणि शांती यांनाच आयुष्यात स्थान द्यायला हवं.

आधुनिक मानसशास्त्राने जी सत्यं सांगितली आहेत त्याविषयीचं ज्ञान बुद्धांनी प्राचीन काळात दिलेलं आहे. स्वत:वरील प्रेमाचा आणि आत्मसन्मानाचा अभाव हे सर्व आजारांचं मूळ आहे.

बुद्धांनी म्हटलंय, संपूर्ण विश्वात अशी व्यक्ती शोधा ज्या व्यक्तीवर तुम्ही अतूट प्रेम करू शकाल. अशी व्यक्ती तुम्हाला कुठेच सापडणार नाही. तुम्हाला ती व्यक्ती स्वत:मध्येच सापडेल. तुम्हाला तुमचं प्रेम मिळायलाच हवं. बुद्ध पुढे सांगतात-

- तुमचं शरीर निरोगी ठेवणं हे तुमचं कर्तव्य आहे. त्याशिवाय आपण आपलं मन मजबूत करू शकणार नाही, स्वच्छ ठेवू शकणार नाही.

- आळशी होणं म्हणजे मृत्यूला आमंत्रण देणं. कार्यरत असायलाच हवं. मूर्ख व्यक्ती या आळशी असतात आणि शहाणी माणसं कामसू असतात.

'दुसऱ्यांवर प्रेम करा' हा बुध्दांच्या शिकवणीचा महत्त्वाचा गाभा. दुसऱ्याबद्दल मनात संशय नकोच. संशय माणसाला माणसापासून दूर करतो. मैत्रीत येणारं हे विष आहे.

हा संशय चांगली नाती खराब करतो. हा काटा बोचत राहतो आणि जखम करत राहतो. संशय ही प्राणघातक तलवार आहे. तुम्हाला जे मिळालंय त्यात समाधान माना. दुसऱ्याचा मत्सर करू नका. जो मत्सर करतो तो स्वत:ची मन:शांती घालवून बसतो. शिका. शिकत राहा. अधिकाधिक अचूकतेकडे जाण्याचा प्रयत्न करा.

स्फूर्तिदायी वचनं प्रत्यक्षात आणण्यासाठी हे करा-

- 'हिऱ्याला पैलू पाडण्यासाठी आधी हिरा घासावा लागतो.' -झेन गुरू एन्सो रोशी

- 'संसारातून पार पडल्याशिवाय कोणीच निर्वाणपदी पोहोचू शकत नाही. नरकातून गेल्याशिवाय स्वर्गाचा रस्ता मिळत नाही. सर्व जगाचं केंद्र सत्य हे आहे, पण त्याभोवतीसुद्धा सैतानाचं राज्य आहे.' -झेन विचारवंत टी. स्कॉट मक्लाऊड

- 'भावनांच्या आहारी जाणं सोपं असतं. भावनांवर मात करायला शिकायला हवं. आयुष्य सर्वस्पर्शी असलं पाहिजे, बंद पडलेलं नको. त्यासाठी मनसोक्त जगा.' - रे ब्रॅडबरी

- 'वाईट कल्पना सोडून देता यायला हव्यात. ध्यानस्थ बसणं जमायला हवं. कशाचाही विचार न करण्याची अवस्था आली पाहिजे. निरपेक्षता जमते का हे तपासून बघायला पाहिजे, तर स्वत:चं मूळ स्वरूप ओळखता येईल.' -शुन्र्यू सुझुकी.

- 'असे चाला, की जशी काही तुमची पावलं जमिनीचं चुंबन घेत आहेत.' -थिक नान हन

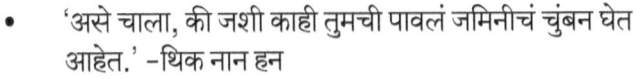

बुद्धपौर्णिमेच्या दिवशी अन्न दान करतात, गरजूंना वस्त्रं-वस्तू देतात. त्यांना आनंदी करतात. बुद्ध म्हणतात, स्वर्गाकडे नेणारा रस्ता बाहेर नाही, तो तुमच्या हृदयातच आहे. भूतकाळात बघू नका. भविष्याची दिवास्वप्नं बघण्यात स्वत:ला गुंतवू नका. आत्ता जे काही चाललंय त्या क्षणाचा विचार करा. वर्तमान क्षणांत राहा. तिथेच तुमचं लक्ष स्थिर करा. पौर्णिमेच्या चंद्राचा खऱ्या अर्थाने आनंद घ्या.

❀ ❀ ❀

तुमचा ॲक्शन-प्लॅन

तेविसावा आठवडा

२६ मे ते १ जून

मानवी हृदयातले नवरस जाणून घ्या

आपण आपल्या भावनांना व्यवस्थित हाताळायला शिकलं पाहिजे, नाही तर त्याचा आरोग्यावर परिणाम होतो हे निश्चित. या लेखात आपल्या मनात येणाऱ्या नवरस भावना आणि त्या आपल्या जगण्यावर कसा परिणाम करतात याचा विचार केला आहे. यातल्या ज्या सकारात्मक भावना आहेत, त्या मनात निर्माण होतात आणि रक्तामध्ये सकारात्मक रसायनं सोडतात. यामुळे आपल्यातलं चैतन्य जागं होतं. याचा परिणाम हदयावर होतो. नकारात्मक भावना या अर्थातच वाईट रसायनं निर्माण करून रक्तात मिसळतात. त्यामुळे संपूर्ण शरीरात अस्वस्थता व उदासीनता निर्माण होते.

आपल्या मनातल्या सकारात्मक आणि नकारात्मक भावना मांडणारी नवरस ही भारतीय संकल्पना २००० वर्षं जुनी आहे. प्रेम, हास्य, करुणा, सौजन्य, क्रोध, भय, तिरस्कार, आश्चर्य, शृंगार आणि बीभत्स हे ते नवरस. या नवरसांचं योग्य समायोजन केलं तर शांती निर्माण होते.

प्रेम, हास्य, करुणा, सौजन्य व आश्चर्य हे सकारात्मक रस आहेत. यामुळे अर्थातच आपलं मन आनंदी होतं, उत्साही होतं, शांत होतं. याउलट, क्रोध, भय व तिरस्कार या नकारात्मक रसांमुळे मन दुःखी होतं. यालाच डॅनिएल गोलमनने आपल्या पुस्तकात 'इमोशनल हायजॅक' हा शब्द वापरला आहे.

पाच नकारात्मक भावना म्हणजे वासना, राग, उद्धटपणा, हव्यास आणि मत्सर. हिंदू आणि बौद्ध अशा दोन्ही मतांमध्ये त्यांनी मनाच्या अस्वस्थतेचा उगम आहे असं मानलं आहे. जेव्हा मनात अशा भावना असतात तेव्हा मन जणू काही धुक्याने भरून जातं आणि विचारांचा गोंधळ वाढतो. अशा परिस्थितीत आपण जर ध्यान केलं तर उत्साह निर्माण होतो. या भावनांशी संबंधित रसायनं रक्तात मिसळतात. श्वासोच्छ्वास, हृदयगती, नाडीची गती स्थिर होते. मन शांत होतं आणि व्यक्ती अगदी मोकळेपणाने काम करू शकते. टीममध्ये काम करताना, नव्या कल्पना मांडताना, विश्लेषण करताना एका दक्ष आणि तरीही शांत मनाची गरज असते. तुमचं मन जागृतावस्थेत असेल तर कुठलीही परिस्थिती तुम्ही हाताळू शकता. यामुळे तुमच्या हृदयाचं आरोग्यही जपलं जातं.

करुणा रस

जेव्हा तुम्हाला दुसऱ्यांविषयी करुणा वाटते त्या क्षणी तुमचं मन आनंदाने भरून गेलेलं असतं. बौद्ध धर्मात 'मित्त भावना' असा शब्द वापरलेला आढळतो. सर्वांबद्दल निरपेक्ष प्रेमाची आणि करुणेची भावना मनात येते. स्वच्छ पाण्याच्या ग्लासमध्ये रंगाचा एखादा थेंब टाकला तरी सगळं पाणीच त्या रंगाचं बनतं, तसं या मित्त भावनेमुळे तुमचं आयुष्य प्रेममय होऊन जातं. रेकी किंवा प्राणिक हीलिंग करताना, किंवा खरं तर कोणत्याही धर्माची प्रार्थना ही शांतीची प्रार्थना असते. या प्रार्थनेत जगातल्या सर्वांसाठी आनंदाची मागणी केलेली असते. हा आनंदाचा कधीही न आटणारा स्रोत आहे.

मनात करुणेची भावना जागावी म्हणून हे करा–

- छंद जोपासा.

- एखादा खेळ खेळा.

- एखाद्या कामासाठी कार्यकर्ता म्हणून काम करा.

- सामाजिक संस्थेचे सदस्य व्हा.

- आध्यात्मिक संस्थेचे सदस्य व्हा.

- आज कोणाला तरी मदत करा.

- नात्यांमधल्या उबदार आधाराचा अनुभव घ्या.

- सर्व कुटुंबीय एकत्र या.

- कुटुंबात परंपरा सुरू ठेवा.

- एकत्र जेवायला बसा.

- आपल्या मुलांना मिठीत घ्या.

- स्व–मदत गटात काम शोधा. www.selfhelpweb.org या लिंकचा उपयोग करा.

शृंगाररस (प्रेम)

प्रेम ही एक आत्मिक शक्ती आहे. प्रेम देणं आणि प्रेम घेणं यामुळे आपल्याला ऊर्जा मिळते. आपल्यातला 'स्व' जागृत होतो.

प्रेमाचे बरेच प्रकार आहेत. आईचं प्रेम म्हणजे 'वात्सल्य' इथपासून ते मित्रप्रेमापर्यंत. ग्रीकांच्या मते मित्रप्रेम हे अत्युच्च कोटीचं प्रेम आहे. यालाच

'प्लेटॉनिक लव्ह' असा शब्द आहे. मैत्रीतलं विशुद्ध प्रेम (जे एक सजीव दुसऱ्याला देतो), राष्ट्रप्रेम, विश्वप्रेम इ. आपल्या मनात प्रेमाचं बीज रुजवा. प्रेमभावना वाढण्यासाठी अवधी द्या. प्रेम फुलताना बघण्यात मोठा आनंद आहे. तो साजरा करा.

आपल्या आयुष्यात प्रेमाचा अंतर्भाव करण्यासाठी हे करा–

- प्रेमाला आयुष्यात येऊ द्या.

- प्रेमाला अवकाश ठेवा. ते विकसित व्हायला वेळ द्या.

- प्रेम साजरं करा.

- कुटुंबाने एकत्र येण्यासारखा दुसरा आनंद नाही. यातून रक्ताची नाती जवळ येतात. यावर आधारित एक ई-बुलेटिन काढा. 'सहपरिवार बातम्या' प्रसारित करा. सगळ्यांनाच हे आवडेल.

❀ ❀ ❀

तुमचा ॲक्शन-प्लॅन

चोविसावा आठवडा

२ ते ८ जून

जागतिक पर्यावरणदिन

विश्वास ठेवायला खूपच अवघड गोष्ट आहे पण हे सत्य आहे, की जगात सातापैकी एक माणूस उपाशीपोटी झोपतो. रोज जगातली २०,००० मुलं भुकेपोटी मरतात. २०१४ च्या जागतिक पर्यावरणदिनाचं घोषवाक्य आहे- समुद्राची पातळी वाढवायची नाहीये, तर आपला आवाज वाढवायचा आहे. (Raise your voice, not the sea level!) १९७२ साली युनायटेड नेशन्सने एक वर्षाचा प्रकल्प हाती घेतला होता. त्यात सर्व देशांनी आपापलं योगदान दिलं होतं. तेव्हापासूनच ५ जून हा दिवस पर्यावरणदिन म्हणून पाळायचं ठरवलं. जागतिक पर्यावरणावरील नकारात्मक ठसे पुसणं हा यामागचा उद्देश होता.

जागतिक पर्यावरणदिन (W.E.D.) या निमित्ताने पर्यावरणाचं रक्षण करण्याची प्रत्येक व्यक्तीवर जबाबदारी आहे. ठरवलं तर आपण पर्यावरण सांभाळण्याचा प्रयत्न करू शकतो. हे जग जास्त सुरक्षित, जास्त चांगलं बनवण्यात आपला वाटा उचलू शकतो. यानिमित्त एक रस्ता दत्तक घेण्याची योजना या वर्षी ठरली होती. पाचजणांची एक

समिती ठरवायची. खालील चार गोष्टींची जबाबदारी वाटून घ्यायची. अशा प्रकारचं काम तुम्हीही तुमच्या भागात इतरांच्या मदतीने उभारू शकता.

- घरातल्या कचऱ्याचं वर्गीकरण करणे. कचऱ्यापासून खत निर्माण करण्यासाठी योग्य यंत्रणा उभ्या करणे. वर्तमानपत्रं आणि प्लॅस्टिक वस्तू विकून 'रीसायकल' करण्यासाठी देणे. यातून कुटुंबागणिक दर महिना २०० रुपये व वार्षिक २००० रुपयांपर्यंत मिळतील. एका रस्त्यावर जर पन्नासेक घरं असतील तर एक लाख रुपयांच्या आसपास पैसे उभे राहतील.

- परिसरामध्ये सांस्कृतिक वातावरण निर्माण होण्यासाठी प्रयत्न करणे. मुलांसाठी चित्रकला स्पर्धा घेणं, आजी-आजोबांना समुपदेशन व मार्गदर्शनपर कार्यक्रमात सहभागी करून घेणं, अशा गोष्टी करता येतील.

- रस्त्यावरच्या रहिवाशांच्या आर्थिक प्रगतीसंदर्भात कृती कार्यक्रम ठरवणे. त्यांच्यासाठी निधी गोळा करायचा. त्यांना मार्गदर्शन करून, आवश्यक असेल तर व्यवसायासाठी कर्जाची सोय करायची.

- रस्ता सुधारणा कार्यक्रमात सरकारी अधिकाऱ्यांची जी मदत घ्यावी लागेल, ती घ्यायची.

आपल्या घरात, परिसरात, शहरात पर्यावरणविषयक जाणीव निर्माण करायला हवी. ब्राझिलने पर्यावरणक्षेत्रात बदल घडवून आणण्यात मोठीच आघाडी मिळवली आहे. RIO+20 इथे ही योजना आखली. अपारंपरिक ऊर्जा वापरण्यात त्यांनी आघाडी तर घेतलीच, शिवाय वस्तूंचं पुनर्नवीकरणही घडवून आणलं. या क्षेत्रात नव्या नोकऱ्या देण्याची व्यवस्था केली. ब्राझिलच्या रीसायकलिंग उद्योगाने २ अब्ज यू.एस. डॉलर्सची उलाढाल केली आणि ग्रीन हाऊस गॅसेस १० दशलक्ष टनने कमी करण्यात यश मिळवलं. ब्राझिल, चीन आणि अमेरिकेमध्ये जवळपास १२ दशलक्ष लोकांना रीसायकलिंग क्षेत्रात रोजगार मिळाला आहे. ब्राझिलमध्ये सौरशक्तीवर आधारित ५,००,००० नवीन घरांची निर्मिती केली आहे. ३०,००० लोकांना यातून रोजगार मिळाला आहे.

भारताने 'फॉरेस्ट्स- नेचर ॲट युवर सर्व्हीस' ही अतिशय उपयुक्त योजना राबवली होती. जगात १/३ भागात वनक्षेत्र आहे. प्रत्येक झाड हा ऑक्सिजनचा कारखाना आहे, हे लक्षात घेऊन निसर्गाचं संवर्धन करायला हवं. प्रत्येक झाड वाचवलं पाहिजे. समुद्रकिनाऱ्याची स्वच्छता, या विषयावरच्या माहितीची प्रदर्शनं, चित्रपट महोत्सव, समाजाशी जोडून घेणारे, समाजात जाणिवा निर्माण करणारे असे

कार्यक्रम घ्यायला हवेत. निदान या सर्व गोष्टींची सुरुवात वैयक्तिक पातळीवर प्लॅस्टिकच्या बॅगला नकार आणि कापडी बॅग वापरायला लागून कोणीही करू शकतं.

२०१३ मध्ये 'विचार करा, खा, वाचवा' या त्रिसूत्रीतून अन्नाकडे बघण्याचा नवीन, सखोल दृष्टिकोन तयार झाला. दरवर्षी १.३ अब्ज टन अन्न आपल्या देशात वाया जात होतं, त्याबद्दल गांभीर्याने विचार होऊ लागला. सहारा (आफ्रिका) इथे दरवर्षी इतकं अन्नधान्य पिकतं, तेवढं आपण वाया घालवतो!

आपल्या देशात दरवर्षी प्रचंड अन्न वाया जातं, तर सहारा-आफ्रिका इथे हे एवढं अन्न वर्षात निर्माण होतं. पिकवलेल्या अन्नापैकी किती अन्नाचा उपयोग होतो, किती अन्न वाया जातं याची आकडेवारी काढली. त्यातून असं लक्षात आलं की अन्नाचा विचार करण्याची गरज निर्माण झाली आहे. खरोखर हा विचारही प्रत्येकाने करावा. आपण किती अन्न वापरतो, किती साठवतो, किती वाया घालवतो... प्रत्येकाने याचा विचार करण्याची वेळ आली आहे.

पर्यावरणाचा ऱ्हास ही प्रत्येकाने विचार करण्याची आणि आपापल्या परीने या कामाला हातभार लावण्याची गोष्ट आहे. वास्तविक, जागतिक तापमानवाढ, आपत्ती, विविध संघर्ष, टोकाचं प्रदूषण, बिघडलेली इको सिस्टीम यामुळे धोके वाढले आहेत. आपल्याला वृक्ष लागवड आणि वृक्षसंवर्धन याकडे तातडीने लक्ष द्यावं लागणार आहे.

२०० दशलक्ष लोकसंख्येच्या ब्राझिलला कार्बन उत्सर्जन रोखण्यात यश आलं. वनसंरक्षण करण्यातही ते यशस्वी ठरले आहेत. ब्राझिलमध्ये गरिबी दूर करण्याचा कार्यक्रम हा रीसायकलिंग आणि अपारंपरिक ऊर्जेशी जोडून घेतला गेला. त्यामुळे या दोन्ही सकारात्मक गोष्टी हातात हात घालून झाल्या असं म्हणावं लागेल.

पैसे आणि पृथ्वी दोघांनाही वाचवायचं असेल तर हे करा–

- ज्या वेळी खोलीत कोणीही नसेल तेव्हा दिवे विझवा.

- घरातून बाहेर पडण्यापूर्वी कापडी पिशवी जवळ ठेवा.

- एअर–कंडिशनिंग सिस्टीम वापरण्याऐवजी फॅन वापरा.

- टी.व्ही., व्हिडीओज अशा इलेक्ट्रॉनिक वस्तूंचं काम नसेल तर प्लग काढून ठेवा.

- सौरशक्तीवर चालणारे दिवे बसवून घ्या.

❀ ❀ ❀

तुमचा ॲक्शन-प्लॅन

पंचविसावा आठवडा

९ ते १५ जून

राग आवरा

हल्ली आपल्या सर्वांचा जास्तीत जास्त वेळ ऑफिसमध्ये जातो. कॉर्पोरेट ऑफिसच्या कामांचा मोठा परिणाम शरीरावर होत असतो. हे कामच असं असतं की सदा दक्ष स्थितीत राहावं लागतं. कामाचा ताण तर असतोच, पण सतत डेडलाइन्सचा ताण असतो. एका ताणातून दुसरा ताण जन्म घेतो. 'फाइट आणि फ्लाइट' या प्रतिक्रियांमध्ये सतत आपलं मन गुंतलेलं असतं.

अशी प्रतिक्रिया शरीरासाठी अयोग्य असते, पण तरीही अज्ञानामुळे आपलं शरीर संभाव्य नाशाला प्रतिसाद देत राहतं. जगण्यासाठी काम करणं जितकं आवश्यक आहे तितकंच मनाला शांत ठेवणं हेदेखील आवश्यक असतं. सध्याच्या काळाचा अजून एक ट्रेन्ड म्हणजे सतत नोकऱ्या बदलणे. त्यामुळे दर वेळी नवीन ठिकाणी जाणं, तिथल्या वातावरणाशी जुळवून घेणं याचा ताण येतो. अशा प्रकारे स्पर्धेच्या वातावरणात वावरताना प्रतिस्पर्धी भरपूर तयार होतात. आपल्यावर कुरघोडी करून ते पुढे जात

नाहीत ना, हे बघावं लागतं. त्यामुळे या सगळ्या घडामोडींमध्ये कोणाशीच मैत्री होत नाही, विश्वासाचं नातं तयार होत नाही. कारण त्यासाठी वेळच नसतो. हिंस्र श्वापदांनी भरलेल्या एखाद्या जंगलातून वाट काढायची आहे, अशी भावना रोज मनात येत असते. ही रोजची, दर क्षणाची लढाई असते. दर वेळी कुटुंबाचा आधार मिळेलच असं नाही. छोटं कुटुंब असेल तर माणसं कमी असतात, पण अपेक्षा वाढलेल्या असतात. यात मीडियाची भर पडते. अनेकदा मीडिया जे दाखवतं त्यामुळे समाजमन घडत असतं, ही गोष्ट नजरेआड करून चालणार नाही.

विचार करा, आपण रागावलेले असतो त्या वेळेस ३६ प्रकारची रसायनं रक्तात शिरतात... अ‍ॅड्रेनलिन, हिस्टामाइन, कॉर्टिसॉल, ब्लडशुगर वगैरे. अशा वेळी आपली हृदयगती, नाडीची गती वाढते. चेह‍र्याच्या दिशेने रक्तप्रवाह वाहायला लागतो. पचनावर परिणाम होतो. जर आपल्याला पळून जायचं असेल किंवा कोणाला मारायचं असेल तर या दोन गोष्टींचा निर्णयच तेवढा मेंदू घेऊ शकतो. बाकी मेंदू कार्य बंद करतो

राग म्हणजे काय? राग म्हणजे एक नकारात्मक भावनिक स्थिती. राग आला आणि त्याला वेळीच आवर घातला नाही तर त्यातून द्वेष, संताप अशा अजून नकारात्मक भावना निर्माण होतात. रागाच्या संदर्भात बोलायचं तर तीन गोष्टी महत्त्वाच्या आहेत. एक म्हणजे रागाची अभिव्यक्ती; दुसरं, रागाचं दमन आणि तिसरं, राग योग्य पद्धतीने शांत करणं. माणसाचा राग योग्य पद्धतीने व्यक्त झाला पाहिजे. म्हणजेच अगदी कितीही राग आला तरी स्वतःशी आदराने वागलं पाहिजे आणि इतरांशीही. रागाचं व्यवस्थापन असं करायला हवं की रागाची तीव्रता तर कमी व्हावीच, तसेच त्याचे शरीरावर गंभीर परिणामही व्हायला नकोत.

जसे आपण सिग्नल पाळतो, त्याचप्रमाणे इथे एक सिग्नल दिला आहे. त्यानुसार तुम्हाला रागावर नियंत्रण मिळवता येईल.

लाल दिवा

- थांबा.

- शांत व्हा.

- कोणतीही कृती करण्यापूर्वी विचार करा.

पिवळा दिवा

- समस्येचं स्वरूप लक्षात घ्या. त्यानंतर स्वतःला कसं वाटतंय हे तपासून बघा.

- ही समस्या आपण सकारात्मक पद्धतीने सोडवू शकतो का याचा विचार करा.

- पर्यायी उपायांचा विचार करा.

हिरवा दिवा

- शांत राहा.

- योग्य पर्याय शोधून कृती करा.

रागाच्या योग्य व्यवस्थापनासाठी हे करा-

- थोडा वेळ जाऊ द्या. राग आल्यावर दहा अंक मोजणं हे फक्त मुलांसाठीच नाही, तर मोठ्यांसाठीही आहे. एखाद्या विचित्र परिस्थितीला तोंड द्यायच्या आधी जरा थांबा. एक दीर्घ श्वास घ्या. शांतपणे मनात दहा आकडे म्हणा. तेवढ्या वेळात राग शांत होईल. जर शक्य असेल तर त्या परिस्थितीपासून किंवा ज्याचा राग आला आहे त्या माणसापासून दूर जा.

- जेव्हा तुम्ही शांत असाल तेव्हा राग व्यक्त करा. जेव्हा तुमचे विचार स्पष्ट होतील तेव्हा तुमच्या मनातलं नैराश्य आक्रमक न होता योग्य पद्धतीने व्यक्त करा. दुसऱ्याला न दुखवता किंवा त्यांना स्वतःच्या नियंत्रणाखाली न आणता योग्य शब्दांत तुमचं म्हणणं मांडा.

- रोज व्यायाम करा. शारीरिक हालचाली केल्या तर भावना साचून राहत नाहीत. तुम्हाला जर जास्त राग येत असेल तर भराभर चालणं, पळणं अशा स्वरूपाचा व्यायाम करायला हवा. व्यायाम किंवा नियमित हालचालींमुळे मेंदूत आनंद देणारी रसायनं सोडली जातात. यामुळे आपल्याला चांगलं वाटतं. ताण हलका होतो.

- रागाच्या भरात आपण कोणते शब्द उच्चारतो याचं भान ठेवा. नंतर पश्चात्ताप होण्यापेक्षा हे केव्हाही चांगलंच. काहीही बोलण्यापूर्वी विचारांकडे आधी लक्ष द्या.

- आपल्याला नक्की कशाचा राग येतो याचा थोडा विचार करून ठेवा, म्हणजे तुमच्या मनाची आधीच थोडी तयारी होईल. खूप जास्त काम अंगावर पडलं की त्रास होतो का? तसं असेल तर कामाचं वेगळ्या पद्धतीने नियोजन करा. तुमच्या लहान मुलांनी गोंधळ घालून ठेवला की त्रास होतो का? जरा वेळ दार बंद करून बसा. रोज नवरा/बायकोला उशीर होतो, त्यामुळे जेवायला उशीर होतो, हे कारण आहे का? तसं असेल तर आपल्या पार्टनरच्या आधी जेवायला बसा. लक्षात ठेवा, रागाने कोणत्याही समस्येवर उपाय सापडत नाही, पण परिस्थिती अवघडच होऊन बसते, याची स्वतःला आठवण करून द्या.

❀ ❀ ❀

तुमचा ॲक्शन-प्लॅन

सव्विसावा आठवडा

१६ ते २२ जून

पाणी... जीवनच!

हा आठवडा आहे गंगेचं स्मरण करण्याचा. या आठवड्यात 'गंगा दशहरा' साजरा केला जातो. १८ जूनपासूनचे दहा दिवस गंगेच्या स्मरणार्थ साजरे केले जातात. असं म्हणतात, की भगीरथ ऋषींनी पृथ्वीवरच्या माणसांनी केलेली पापं धुऊन काढण्यासाठी स्वर्गातून गंगा पृथ्वीवर आणली होती.

या स्मरणदिनाच्या निमित्ताने गंगेच्या सर्व घाटांवर आरती होते. पाण्यात दिवे सोडले जातात. गंगेला फुलं अर्पण केली जातात. तिच्या काठावर मंत्र म्हटले जातात. गंगा दशहरा हा आपल्याला पाण्याचं महत्त्व सांगायला आलेला उत्सव आहे याची खात्री पटते.

दुसरीकडे, एका संदर्भातली आकडेवारी फारच भयानक आहे. दररोज प्रदूषित पाणी पिऊन ६,००० मुलं मृत्युमुखी पडतात. वास्तविक हे मृत्यू सहज रोखण्यासारखे आहेत. आपण जर पाण्याचा गैरवापर करतच राहिलो, पाणी प्रदूषित करत राहिलो, वाया घालवत राहिलो तर पुढचं जागतिक युद्ध हे पाण्यावरून लढलं

जाईल, असं तज्ज्ञांचं भाकीत आहे. या वर्षी गंगा दशहरा साजरा करताना पाणी वाचवणं ही आपली वैयक्तिक जबाबदारी आहे, हे आपण नीट लक्षात घेऊ या.

पाणी वाचवण्यासाठी हे कराच-

- हाताने भांडी घासत असाल तर नळाचं पाणी सोडून ठेवू नका. एकदा भांडी धुवा, मग विसळा.
- तुमच्या बागेतले स्प्रिंकलर्स गळत नाहीत ना हे तपासा. त्यांचं पाणी बागेतच उडलं पाहिजे. घरातल्या भिंतीवर, गाड्यांवर, रस्त्यांवर उडायला नको.
- वॉशिंग मशिनमध्ये भरपूर कपडे असतील तेव्हाच मशिनचा वापर करावा. यामुळे आपण महिन्याला १००० गॅलन पाणी वाचवू शकू.
- एका वेळी कमी पाणी सोडणारे फ्लश टॉयलेटमध्ये बसवा.
- केवळ पाच मिनिटंच शॉवर वापरायचा असं ठरवा. यामुळे महिन्याला १००० गॅलन पाणी वाचतं. खरं तर शॉवरचा वापर न करता बादलीच वापरा.
- फिश टँक साफ करायला घ्याल तेव्हा त्यातलं पाणी झाडांना घाला. या पाण्यात नायट्रोजन, फॉस्फरस असतो. यामुळे तुम्हाला आयतं खत मिळेल.
- कुठलाही नळ गळत असेल तर ताबडतोब दुरुस्त करून घ्या. त्यामुळे दर महिन्याला निदान ६०० गॅलन पाणी तरी वाचेल.
- नळाच्या वाहत्या पाण्याखाली भाज्या, धान्य शक्यतो धुवू नका.
- कोणतंच काम नळाचं पाणी चालू ठेवून करू नका.

- सर्व टाक्या तपासा. टाकी गळत असेल तर दुरुस्त करून घ्या. हे काम खूप खर्चिक नसतं. त्यामुळे आपण आठवड्याला १४० गॅलन पाणी वाचवू शकू.

- रोज पाणी वाचवणारी एक तरी कृती कराच. एक थेंब वाचवणंही महत्त्वाचं आहे.

- मुलांना जर पाण्यात खेळायचं असेल तर त्यांना स्प्रिंकलर्सखाली खेळू द्या. यामुळे झाडांना आणि हिरवळीला आपोआप पाणी मिळेल.

- छोट्या मुलांना एकत्रच अंघोळ घाला.

- बागेतच कार धुवा म्हणजे झाडांना आपोआपच पाणी मिळेल.

- टिश्यु पेपर कचऱ्यात टाका, पाण्यात सोडू नका. खूप पाणी वाया जातं.

- सांडपाण्याचा पुनर्वापर करणारे जे प्रकल्प असतात त्यांना सढळहस्ते मदत करा.

- कार धुताना नळाला होज नोझल बसवा. यामुळे १०० गॅलनपेक्षा जास्त पाणी वाचेल.

- आपल्या मित्रमंडळींना, शेजाऱ्यांना पाणी वाचवण्याची योग्य जाणीव करून द्या. त्यांनाही जलजागृती मोहिमेत सहभागी करून घ्या.

- मातीमध्ये पाणी मुरू देणं हे तितकंच महत्त्वाचं आहे हे लक्षात घ्या.

- स्वयंपाक करण्यासाठी योग्य आकाराची भांडी वापरा. मोठ्या भांड्यामध्ये पदार्थ शिजवताना उगाचच जास्त पाणी वापरलं जातं.

- दाढी करताना नळ सोडून ठेवू नका. यामुळे १०० गॅलनपेक्षा जास्त पाणी दर आठवड्याला वाचवू शकाल.

- आपल्या घरातल्या पाळीव प्राण्यासाठी ताजं पाणी भरून ठेवत असाल तेव्हा आधीचं पाणी टाकून न देता ते झाडांना घाला.

- फ्रिजमधला बर्फ चुकून खाली सांडला तर तो सिंकमध्ये टाकून देऊ नका. तो कुंडीत ठेवा.

- तोंड धुणं, ब्रश करणं ही कामं शॉवर घ्यायच्या वेळीच उरका. यामुळे पाणी वाचेल आणि वेळही.

- घरात किंवा हॉटेलमध्ये टॉवेलचा वापर करा. हे टॉवेल्स पातळ कापडाचे असतील तर जास्तच चांगलं. कारण असे टॉवेल धुवायला पाणी आणि वेळ कमी लागतो. शिवाय ते वाळतातही लवकर.

- हल्ली बाजारात मोजकंच पाणी सोडणारे नळ येतात. घरात सगळीकडे तसेच नळ बसवा.

❀ ❀ ❀

तुमचा ॲक्शन-प्लॅन

सत्ताविसावा आठवडा

२३ ते २९ जून

उदास होऊ नकाच

तुम्हाला कधी उदास, दु:खी पोपट दिसलाय का? किंवा स्वत:च्याच विचारात हरवलेला एखादा कुत्रा? ते कधीच उदास नसतात. याचं कारण ते कधीच दुसऱ्या पोपटांवर किंवा कुत्र्यांवर 'इम्प' मारण्याचा प्रयत्न करत नाहीत. गमतीदार वाटतंय ना? पण खरंय. ते काम फक्त माणसाचंच! कन्फ्युशियसने असं सांगितलंय, की आपण प्रत्यक्ष आनंदी राहण्यापेक्षा आपण आनंदी आहोत, हे इतरांना दाखवण्यासाठी जास्त कष्ट घेत असतो. 'Neighbor's envy, owners pride' ही ओळ खरं तर उलट्या अर्थाने घ्यायला हवी. दुसऱ्यांवर कुरघोडी करण्याच्या प्रयत्नात असलेले कित्येक लोक आपल्या आसपास असतात. असे लोक महागडी गाडी घेतात, महागाचा हिऱ्यांचा नवा हार घेतात आणि दुसऱ्यांच्या मनात मत्सर निर्माण करतात. पण असं करून ते नेमकं काय साध्य करतात? आपला खरा संघर्ष हा स्वत:शीच असायला हवा. आपण आपली फक्त स्वत:शीच तुलना करायला हवी. ''कालच्यापेक्षा आजचा मी चांगला आहे का?'' असं स्वत:लाच विचारायला हवं.

एक गोष्ट खरी आहे, की जे लोक खऱ्या अर्थाने आयुष्यात यशस्वी होतात त्यांच्याबद्दल आपल्याला कधीच मत्सरबित्सर वाटत नाही, पण आपले जवळचे मित्र किंवा भावंडं यांच्याशी आपली स्पर्धा चाललेली असते. कारण सगळ्यांनी साधारणपणे एकाच वेळी कामं सुरू केलेली असतात. प्रत्येकाचा संघर्ष वेगवेगळा असतो. त्यामुळे कोण लवकर पुढे जातं, अशी सुप्त चढाओढ एकमेकांत असू शकते.

मत्सर ही एक नकारात्मक भावना आहे. जेव्हा एका व्यक्तीपेक्षा दुसरी व्यक्ती प्रगत असते, यशस्वी ठरते, वरचा दर्जा पटकावते, तेव्हा या गोष्टी न मिळालेल्या व्यक्तीच्या मनात ही भावना येते. कारण स्वत:मध्ये ही कमतरता आहे हे लक्षात आलेलं असतं. बर्ट्रान्ड रसेल यांनी म्हटलं आहे, की 'माणसाच्या दु:खाचं एक महत्त्वाचं कारण म्हणजे ही मत्सराची भावना आहे'. नव्या संशोधनातून ही गोष्ट अधोरेखित झाली आहे, की सतत मत्सरभावना मनात बाळगल्यामुळे माणसाच्या आकलनावर परिणाम होतो. मत्सराच्या जवळची एक भावना असते. ती असते जळफळाट. एखादी गोष्ट आपलीच आहे, आपल्या हक्काची आहे, पण आपल्याला मिळत नाहीये, यामुळे मनाचा जळफळाट होतो. विशेषत: प्रेमात असताना आपलं ज्या व्यक्तीवर प्रेम आहे त्या व्यक्तीचा ओढा दुसऱ्याकडे आहे हे कळल्यावर हीच भावना मनात निर्माण होते. तर दुसऱ्याला एखादी गोष्ट, एखादी वस्तू मिळाली आहे, ती वस्तू मलाही हवी आहे, पण मला मात्र ती मिळालेली नाही, यातून मत्सर वाटतो.

मत्सर हा साधारणत: वस्तूंविषयी जास्त वाटतो. उदाहरणार्थ, शेजाऱ्याने एखादी खूपच महाग वस्तू घेतली. तीच वस्तू आपल्याला अनेक वर्षांपासून हवी आहे. वस्तूची किंमत बघून केवळ न परवडल्यामुळे आपण ती घेतलेली नाही. त्या शेजाऱ्याला तीच वस्तू अतिशय सहजगत्या मिळाली, हे बघून तुमच्या मनात मात्र मत्सराची भावना डोकावून जाते. यात अनेक भावनिक छटा असतात. मनाला झालेली वेदना असते, आत्मविश्वासाला बसलेला धक्का असतो, आपली जीवनशैली उच्च दर्जाची नाही, असा भाव असतो.

दान्तेने आपल्या साहित्यात मत्सरी लोकांचं वर्णन केलं आहे. हिंदू धर्मग्रंथांत या भावनेबद्दल बरंच काही लिहिलं आहे. कृष्णाने असं म्हटलं आहे, की "जो मत्सरी नाही, जो इतरांचा अनुकंपने विचार करतो, तो मला अत्यंत प्रिय आहे." दुर्योधन आपल्या वडिलांना म्हणतो, "पांडवांच्या समृद्धीमुळे मला अतिशय त्रास होतोय. मी आतल्या आत जळतोय. मी सुखाने खाऊ शकत नाही, शांत झोपू शकत नाही. ते लोक माझ्यापेक्षा आनंदात आहेत हे सत्य मला छळतं." हिंदू तत्त्वज्ञान म्हणतं, की प्रत्येकाला प्रत्येकाच्या पूर्वकर्मानुसार फळ मिळतं. व्यक्तीला एखादी गोष्ट मिळत

नाही याचं कारण त्या व्यक्तीने पूर्वी ज्या प्रकारची कामं केली आहेत त्यानुसार तिला ती गोष्ट/ती वस्तू मिळणार की नाही ठरतं. बायबलमध्येही मत्सर हा सात भयंकर पापांपैकी एक आहे, असं म्हटलं आहे.

मत्सरभावनेच्या योग्य हाताळणीसाठी हे करा–

- तुम्हाला मत्सर वाटतो, हे स्वीकारा.

- आपल्यातल्या चांगल्या गुणांकडे आवर्जून लक्ष द्या.

- ज्या व्यक्तींमुळे आपल्या मनात मत्सराची भावना निर्माण होते त्यांना शक्यतो भेटू नका.

- इतरांच्या आनंदात आनंद माना.

- इतरांकडून चांगल्या गोष्टी शिका. त्या स्वत:मध्ये आणण्याचा प्रयत्न करा. अशा लोकांना तुमचे मार्गदर्शक समजा.

तुमचा अ‍ॅक्शन-प्लॅन

अठ्ठाविसावा आठवडा

३० जून ते ६ जुलै

डॉक्टर्स डे : आरोग्याशी बांधिलकी

आपल्याला आजार नसणे, म्हणजे आरोग्य नव्हे. निरोगी असणं म्हणजे शारीरिक, मानसिक, भावनिक आणि आध्यात्मिक अशा सर्व पातळ्यांवर निरोगी असणं. म्हणून जे आपले खरोखर पार्टनर्स असतात त्यांची मदत आपल्याला लागतेच. हे पार्टनर्स म्हणजेच डॉक्टर्स- जे आपल्याला निरोगी राहण्यासाठी खरी मदत करतात.

१ जुलैला भारतात डॉक्टर्स डे साजरा केला जातो. फिजिशियन डॉ. बी. सी. रॉय हे शिक्षणज्तज्ञ होते, स्वातंत्र्यसेनानी होते. त्यांची ही जयंती आहे. अनेक रुग्ण डॉक्टरांकडे कधी जातात? जेव्हा ते खूपच जास्त आजारी पडतात तेव्हा. अशा वेळेला फारसं काही करणं शक्य नसतं. त्यापेक्षा चिनी लोक बरेच शहाणे समजले पाहिजेत. कारण ते बरे असतात तेव्हाच डॉक्टर्सकडे जातात. निरोगी राहण्यासाठी ते पैसे देतात, पण आजारी पडले तर त्या डॉक्टर्सकडे जाणं थांबवतात. कारण ते डॉक्टर यांना निरोगी ठेवण्यासाठी कमी पडले म्हणून!

या दिवसाच्या निमित्ताने आपल्या डॉक्टरांना आवर्जून जाऊन भेटा. त्यांना फुलांची भेट द्या. फुलं ही रंगीत असतात- अगदी या व्यवसायासारखी असतात. दुसऱ्यांना मदत करणं, त्याग, धैर्य या सगळ्यांचंच हे प्रतीक आहे. डॉक्टर्स आपल्याला सेवा देतात, याबद्दल आपण त्यांचा सन्मान करायला हवा. हा असा व्यवसाय आहे, की ज्यातली एक छोटीशी चूकही सगळ्यांनाच महागात पडू शकते. अशा व्यवसायात ते सेवा देतात यासाठी त्यांचं कौतुकच करायला हवं. कितीही ताण असला तरी त्यांना आपलं काम अत्यंत व्यवस्थित पद्धतीने करावं लागतं. रुग्णांशी प्रेमाने वागून, त्यांना आधार देऊन औषधपाणी करावं लागतं. यासाठी त्यांना छोटीशी भेट देऊन त्यांचे आभार मानायला पाहिजेत.

आज स्वत:लाच एक वचन द्या, की तुम्ही स्वत:च्या आरोग्याची नीट काळजी घ्याल. आपलं शरीर आपल्याला वेळोवेळी सूचना देत असतं. त्या सूचना ऐकायला हव्यात. आजाराचं एखादं लक्षण दिसलं की लगेच डॉक्टरांची भेट घ्या. वार्षिक तपासण्या करणं, नियमित व्यायाम करणं, सकस आहार घेणं, ध्यान करणं या गोष्टी स्वत:साठी करायला हव्यात. आपल्याला निरोगी ठेवणाऱ्या पार्टनर्सचा- डॉक्टर्सचा सन्मान करायला हवा.

तुमच्या मनामध्ये सकारात्मक ऊर्जा खेळते का, तुमच्या आयुष्यात उत्साह आहे का, सर्वार्थाने जीवन जगण्याची इच्छा तुमच्यात आहे का, यावर ठरतं की तुम्ही किती निरोगी आहात... कदाचित डॉक्टरांच्या सहकार्याने तुम्हाला हे सर्व प्रत्यक्षात उतरवता येईल.

तंदुरुस्त राहण्यासाठी हे कराच-

- दिवसाला आठ ग्लास पाणी प्या.
- प्रत्येक वेळच्या आहारात एक फळ आणि दोन भाज्यांचा समावेश करा.
- प्रत्येक वेळी जेवणाआधी कच्च्या भाज्यांचं सॅलड घ्या.
- मधल्या वेळच्या खाण्यासाठी मिश्र कडधान्यांचा वापर करा.
- कोमट पाण्यात लिंबू पिळा. ते पिऊन रोजच्या दिवसाची सुरुवात करा.

ताज्या भाज्यांवर भर द्या.

- एखाद्या दिवशी सकाळी फक्त फळं खा. दुपारी थेट जेवा.

- फ्रिजमध्ये ठेवलेलं उरलेलं अन्न खाऊ नका. फक्त ताजं शिजलेलं अन्न खा.

- प्रत्येक वेळच्या खाण्यात एक हिरवी आणि एक पिवळी भाजी अवश्य घ्या.

- एखाद्या दिवशी सकाळी फक्त भाज्यांचे रस घ्या. दुपारच्या जेवणात नाश्त्याला, रात्रीच्या जेवणातही फळांचे रस घ्या.

- कॉफी पिण्याची सवय सोडा. त्याऐवजी ज्यूस पिण्याची सवय लावून घ्या.

- आपल्या आहारातून तळलेले पदार्थ पूर्णपणे वर्ज्य करा.

- सॉफ्ट ड्रिंक्स, आइस्क्रीम, कँडीज, कुकीज असे जास्त साखर असलेले पदार्थ वर्ज्य करा.

- तुम्ही डाएटवर असलात तरी कधीही जेवण टाळू नका. काही नाही तर एखादं फळ खा, नाही तर भाज्यांचे रस प्या.

- सोडा, कॉफी, कोला असल्या पेयांना कायमची सुट्टी द्या.

- भरपूर तंतुमय पदार्थ खा. फळं, भाज्या, धान्यं यावर भर द्या.

- मीठाचा वापर कमी करा.

- चिरायच्या आधीच भाज्या पाण्याने स्वच्छ धुवा.

- तळण्याच्या किंवा परतण्याच्याऐवजी भाज्या वाफवा किंवा उकडा.

- काकडी, गाजर, बटाट्याची सालं काढू नका.

- कोणतीही गोष्ट खाण्याच्या आधी आपण काय खातोय त्याचं आहारशास्त्रीय मूल्य काय आहे, याचा विचार करा.

- भराभरा, घाईघाईत खाऊ नका. नीट बसून, शांतपणे, आनंद घेत जेवा. सावकाश जेवा.

- प्रत्येक जेवण मजेत घ्या. जेवण छान मांडा. प्रत्येक घास चावून, मनापासून खा.

- निरोगी राहणं हे सर्वांत महत्त्वाचं. कोणतीही गोष्ट खरेदी करण्यापूर्वी ती सकस आहे ना हे बघा.

- स्वत: खरेदी करायला जा. ताजी फळं व भाज्यांचा स्पर्श घेऊन, वास घेऊन विकत घ्या.

❀ ❀ ❀

तुमचा ॲक्शन-प्लॅन

एकोणतिसावा आठवडा

७ ते १३ जुलै

योग्य श्वास कसा घ्यायचा?

आपल्याला जर खऱ्या अर्थाने आनंदी व्हायचं असेल तर आपण योग्य पद्धतीने श्वास घ्यायला शिकलं पाहिजे. आपल्या आयुष्यात असे अनेक प्रसंग येतात जेव्हा परिस्थितीवर आपलं नियंत्रण नसतं. आपण आपल्या कुटुंबाला बदलू शकत नाही, आपली नोकरी आणि आसपासची माणसं बदलू शकत नाही. आपल्यावर स्वत:चंही नियंत्रण नसतं अनेकदा, पण योग्य श्वासामुळे आपण आपल्या जगण्याचा तोल साधू शकतो. प्राचीन अशा प्राणायामात सर्वांत पहिली गोष्ट हीच समजली जाते. योग्य श्वासामुळे आपण सर्व अवयवांमध्ये योग्य पद्धतीने चेतना आणू शकतो, चैतन्य आणू शकतो. असं मानलं जातं, की ब्रह्म या निर्मात्याने प्रत्येक सजीवाच्या आयुष्यात श्वास मोजून टाकले आहेत. जर एखादा माणूस अस्वस्थ झाला किंवा एखाद्या विचित्र परिस्थितीत अडकला, तर सर्वांत पहिला परिणाम होतो तो त्याच्या श्वासावर. यानंतर त्याच्या नाडीच्या गतीवर, हृदयाच्या गतीवर परिणाम होतो. त्यानंतर पचनावर परिणाम होतो. याचाच परिणाम स्नायूंवर होऊन स्नायू

ताठर होतात. यामुळे मेंदूवर परिणाम होऊन मेंदू तर्कशुद्धरीत्या विचार करणं थांबवतो. ताण आल्यामुळे श्वास भराभर घेतले जातात. त्यामुळे अस्वस्थ वाटून आपण नकळतपणे मृत्यूच्या जवळ जातो.

योग्य श्वास घेणं म्हणजे काय? चांगलं जीवन जगायचं असेल तर योग्य श्वास घेणं हाच मार्ग आहे. तो अतिशय सोपाही आहे. योग्य पद्धतीने श्वास घेतल्यामुळे आपल्यामध्ये ऊर्जेचा स्रोत कायम राहतो. मुख्य म्हणजे हे तुम्ही आज- अगदी आत्तापासून प्रत्यक्षात आणू शकता. एकदा तुम्हाला श्वासाचं तंत्र जमलं की तुमच्या आयुष्यावर याचा फार चांगला परिणाम होईल. याचा परिणाम आरोग्यावर, भावनांवर आणि त्यामुळेच आपल्या कार्यपद्धतीवरही होतो.

इंग्लंडमधील शास्त्रज्ञांनी असा शोध लावला आहे, की ॲस्ट्रोसायटिस या मेंदूतल्या पेशी श्वासातून येणारा ऑक्सिजन आणि कार्बन-डाय-ऑक्साइडचं प्रमाण ओळखतात. या पेशीच श्वासाची प्रक्रिया नियंत्रित करतात. श्वसनक्रियेत बदल झाले तर याच पेशींना ते कळतं.

एका प्रयोगानुसार स्मरणशक्तीच्या परीक्षेला सुरुवात करण्यापूर्वी जी मुलं डाव्या नाकपुडीतून श्वास घेतात, ती मुलं उजव्या नाकपुडीतून श्वास घेणाऱ्यांपेक्षा १६ टक्के जास्त चांगली कामगिरी करतात. मुलांनी जर डाव्या नाकपुडीतून श्वास घेतला तर त्यांच्या अवकाशीय स्मृतीत ४३ टक्के एवढा मोठा फरक पडतो. खरोखरीच हे मजेशीर आहे, की उजव्या नाकपुडीतून आपला श्वास चालू असतो तेव्हा खरंच काहीच फरक पडत नाही. खरंच मजा आहे! उजव्या नाकपुडीतल्या श्वासाला न्याय मिळेल असाही काही तरी शोध लागायला हवा, नाही का?

ॲरिझोना विद्यापीठात एक प्रयोग झाला. तो 'जर्नल ऑफ इंटरनॅशनल असोसिएशन फॉर द स्टडी ऑफ पेन' यात प्रसिद्ध झाला होता. त्यामध्ये योग्य पद्धतीने, जाणीवपूर्वक श्वास घेण्याच्या तंत्राबद्दल लिहिलं आहे. फायब्रोमायल्जिया हा आजार झालेल्या रुग्णांवर हा अभ्यास केला. खोल श्वास घेतल्यामुळे त्यांच्या वेदना दूर झाल्या, असे निष्कर्ष या अभ्यासातून निघाले.

पट्टीचे ॲथलीट्स, खेळाडू यांना हे श्वासोच्छ्वासाचं तंत्र माहीत असतं, त्याचमुळे त्यांचं मन आणि शरीर दक्ष अवस्थेत असतं. या श्वासामुळे तर त्यांचा खेळ सुधारतो. ऑलिंपिक सामन्यांच्या वेळी तसेच जगातील इतर महत्त्वाच्या खेळांच्या स्पर्धेच्या दरम्यान श्वसनाच्या व्यायाम व तंत्रासाठी अनेक कार्यशाळा घेतल्या जातात. खेळाडूंचे ताण, भीती घालवण्यासाठी व स्टॅमिना वाढवण्यासाठी विविध कार्यक्रम आखले जातात.

आपल्या श्वासाकडे लक्ष देण्यासाठी हे करा–

- आपल्या नेहमीच्या श्वासाकडे लक्ष द्या. जेव्हा आपण अस्वस्थ असतो तेव्हा कसा श्वास घेतो हे बघा.

- प्रत्येक श्वास खोलवर आणि योग्य घ्या.

- जेव्हा काही कारणाने अस्वस्थ व्हाल तेव्हा शांतपणे एका जागेवर बसा. डोळे मिटा. शांतपणे श्वास घ्या.

- आपल्या आत जाणारा श्वास निरोगी असेल हे बघा. सिगरेट ओढणाऱ्यांजवळ, विषारी वायू असेल तर तिथे थांबू नका.

- प्रदूषित वातावरणापासून लांब राहायचा प्रयत्न करा.

❀ ❀ ❀

तुमचा ॲक्शन-प्लॅन

तिसावा आठवडा

१४ ते २० जुलै

हसत राहा आणि स्वतःला बदला

सकाळी उठलात की पहिलं काम म्हणजे एक प्रसन्न हास्य. रात्री झोपण्यापूर्वीदेखील हेच करा. एका छान हास्यामुळे आपल्यात निश्चित बदल होतो.

बदल म्हणजे काय? एका पाण्याच्या थेंबाला सूर्यकिरणाचा स्पर्श झाला की त्यात जे घडून येतं तो बदल. एखादं बीज मातीत रुजतं. एका क्षणी असं काही घडतं की त्याचा प्रवास डेरेदार वृक्षाकडे व्हायला सुरुवात होते. बदल ही केवळ सुधारणा नसते. ती फक्त प्रगती नसते. जेव्हा वडाच्या झाडाच्या बीजाला पहिला कोंब फुटतो तेव्हा ते काही केवळ विकसनशील बीज नसतं. इंद्रधनुष्य म्हणजे काही सूर्यकिरण आणि पाण्याच्या थेंबाची सुधारित आवृत्ती नसते. हे एक वेगळ्याच प्रकारचं परिवर्तन असतं. हा संपूर्ण बदल म्हणजे एका अवस्थेतून दुसऱ्या अवस्थेत जाणारं अवस्थांतर असतं.

आपल्यापैकी प्रत्येकाला संपूर्ण परिवर्तन करण्याची संधी अनेकदा मिळते. ऑफिसच्या नेहमीच्या कंटाळवाण्या कामाच्या चक्रात

एखाद्याने हास्याचं इंजेक्शन दिलं की सगळा माहोलच बदलून जातो. दरवाज्यातून आत येणाऱ्या आपल्या सहकाऱ्याकडे बघून केलेलं एखादं स्मितहास्य पुरेसं असतं. जातानाही आपण एकमेकांचा छान हसून निरोप घेतला की चांगलं वाटतं. आपल्या घरी जायची ओढ निर्माण होते.

सर्वांत मोठा चमत्कार घडतो तो आरोग्यावर. रोज आणि सतत आपल्या शरीरावर किती तरी जिवाणू, विषाणू येऊन धडकत असतात. या आक्रमकांशी शरीराला सतत लढा द्यावा लागतो, शरीराचं संरक्षण करावं लागतं. यालाच रोगप्रतिकारक शक्ती म्हणतात. हसण्यामुळे शरीराची रोगप्रतिकारक शक्ती वाढते. जेव्हा आपण मनापासून हसतो तेव्हा एंडोर्फिन आणि सेरोटोनिन ही रक्तात सोडली जातात. या रसायनांमुळे मनात उत्साह निर्माण होतो. ताण निर्माण करणारे हार्मोन्स, एपिनफ्रिन आणि कॉर्टिसॉल यांचं प्रमाण आपोआप कमी होतं.

अमेरिकेतील लॉस एंजेलिस इथल्या लोमा लिंडा विद्यापीठाचे डॉ. ली एस. बर्क यांनी असं म्हटलं आहे, की 'रक्तातल्या पांढऱ्या पेशींमधला एक घटक (एनके सेल्स) वाढण्याचं कारण म्हणजे हसणं. हसण्यामुळे हा आवश्यक घटक तर वाढतोच, शिवाय शरीरात प्रतिकारशक्ती तयार होते. अस्थमाशी लढण्यासाठी याची गरज जास्त असते. केवळ आपल्या मनापासूनच्या हसण्यामुळे एवढ्या सगळ्या गोष्टी घडतात. आणि हसणं तर पूर्णपणे मोफत असतं!'

जो माणूस सतत हसत असतो त्याला हृदयविकाराचा धोका कमी असतो. राग आलेला असताना जर काही मजेदार परिस्थिती आली तर असा माणूस त्या परिस्थितीतही हसतो. हे चांगलंच आहे. हसणं हे सर्वांत सुंदर औषध आहे.

मनमोकळं हसण्यासाठी हे कराच–

- विनोदी सिनेमे आणि टी.व्ही. सीरियल्स बघा.

- आनंदी लोकांबरोबर राहा. चिडके, रागीट, तापट लोक शक्यतो टाळा.

- इंटरनेटवरचे विनोद अवश्य वाचा आणि इतरांनाही पाठवा.

- मनमोकळं हसा. हास्याला थांबवू नका.

- छोट्या मुलांबरोबर खेळा. त्यांना हसवा.

- छोट्यांसाठी फुगे, खेळणी अवश्य आणा.

- शाळेच्या मैदानावरचा हास्याचा गडगडाट जरूर ऐका.

❀ ❀ ❀

तुमचा ॲक्शन-प्लॅन

एकतिसावा आठवडा

२१ ते २७ जुलै

कुत्र्याचे अनुकरण करा!

प्राचीन योग्यांनी संशोधन करून अनेक गोष्टी आपल्यासमोर आणल्या आहेत. त्यातलीच एक म्हणजे सूर्यनमस्कारांतलं एक आसन. या आसनात माणूस दोन्ही हात समोर टेकवतो. दोन हातांवर आणि दोन पायांवर उभा राहतो. कुत्रा जसं आपलं शरीर मागे खेचतो, तसंच हे आसन असतं. सेल्समेन हा विचारवंत सांगतो, 'खुर्चीतली जागा अडवण्यापेक्षा फिरायला जा.' जेन फोंडा म्हणतात, ''वापरा: अन्यथा गमावून बसाल.' आठवड्यात एक दिवस व्यायाम कराल आणि इतर वेळी टी.व्ही. किंवा कॉम्प्युटरवर बसाल, तर त्याचा काहीच उपयोग नाही. कमी बोला, जास्त ऐका. कुटुंबीयांवरचं, मित्रांवरचं तुमचं प्रेम कृतीतून दिसू द्या.

आपल्या रोजच्या आयुष्यात नियमित व्यायामाला अतिशय महत्त्व आहे. जर या व्यायामात कुटुंबीयांना सामील करून घेतलं, त्यात जर थोडी गंमत आणली तर तो नियमितपणे केला जाईल. रोज दहा मिनिटांचा छोटा फेरफटका, सकाळी उठल्यावर योगासनं करण्याने दिवसभरच्या कामाला उत्साह राहील. रात्री जेवणापूर्वी पुन्हा थोडा

हलका व्यायाम, काही आसनं केल्यामुळे दिवसभराचा ताण हलका होतो.

या नित्यक्रमाच्या गोष्टींत अजून दोन गोष्टींचा समावेश करायला हवाय. एक म्हणजे तेलाचा मसाज आणि दुसरं म्हणजे योग्य आहार. व्यायामामुळे शरीर आणि मनात 'फील गुड'ची भावना येते. यामुळे आपल्या रक्तप्रवाहात एंडॉर्फिन आणि सेरोटोनिन ही आनंदी करणारी रसायनं सोडली जातात. यामुळे आयुष्य वाढतं. यामुळे आपले स्नायू आणि हाडं मजबूत होतात, वृद्धावस्थेत शरीर थकण्याची प्रक्रिया सावकाश होते. नैराश्य वगैरे गोष्टी तर आपल्यापासून चार हात दूरच राहतात. यामुळे वजन नियंत्रणात राहतं आणि रात्री शांत झोप लागते. शरीर तंदुरुस्त असेल तर एकूणच उत्साह वाढतो, कामात जान येते. नवनव्या माणसांना भेटायला उत्साह वाढतो. त्यांच्याशी मैत्री करण्यात आनंद वाटतो.

जन्माला आलोय तर छानच जगायला हवं. दर वर्षी हृदयविकाराने हजारो माणसं मरतात. त्यातले निम्मे लोक अटॅकनंतर पहिल्या पाचेक मिनिटांत मरतात. आपण त्यांतले एक असायला नको. व्यायाम न करणाऱ्यांना टाइप-२ मधुमेहाची जास्त शक्यता असते. त्यांना उच्च रक्तदाबाचा त्रास होतो. वाढलेल्या कोलेस्टेरॉलमुळे स्ट्रोकचाही धोका असतो. त्यावेळी तुम्हाला कसलीही सवलत मिळत नाही. दुसरी संधी मिळत नाही. कसलाही पर्याय नसतो. त्यामुळेच आरोग्य ही ३६५ दिवस जपण्याची गोष्ट आहे.

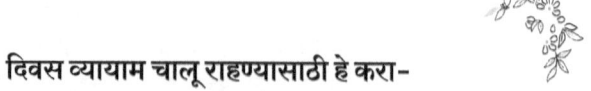

३६५ दिवस व्यायाम चालू राहण्यासाठी हे करा-

- योग्य प्रकारे श्वास घ्या. अन्नापेक्षाही ऑक्सिजनची गरज जास्त असते. कारण त्यामुळेच शरीरात प्राण खेळवला जातो. लोळत राहिल्याने ताज्या हवेचा पुरवठा कमी होतो. राजा किंवा राणीसारखे बसायला शिका. शांत श्वास घ्या.

- शरीरात चयापचयाची क्रिया योग्य पद्धतीने व्हावी लागते. त्यासाठी अन्न आणि पाणी वेळेवर घ्या. सकस न्याहारी घेऊन दिवसाची सुरुवात करा. शरीराची पचनक्षमता दुपारच्या वेळेस चांगली असते. त्यामुळे ११ ते १ या वेळेत नीट जेवण होईल हे बघा. संध्याकाळी काही तरी हलकं खाऊन घ्या, म्हणजे रात्री एखादं फळ खाणं पुरेसं होईल.

- तेलाचा मसाज रोज झाला तर चांगलंच. याशिवाय विश्रांती, पुरेशी झोप, अंघोळ या शरीराला आवश्यक गोष्टी आहेत. रात्री आठ तासांची झोप आणि दुपारी दहा मिनिटांची डुलकी यामुळे झालेली झीज शरीर भरून काढतं. मसाजमुळे शरीरावरचा ताण घालवला जातो.

- योग्य पद्धतीने पचन होण्यासाठी आणि शरीरातली विषद्रव्यं बाहेर पडण्यासाठी आठ ग्लास पाणी पिणं आवश्यक आहे. स्ट्रेचिंगचे व्यायाम स्नायूंना ताण देतात. त्यामुळे स्नायू चांगल्या अवस्थेत राहतात.

- खरंच, कुत्र्याचं नीट निरीक्षण करा. अष्टांग योग हा शरीरातल्या आठ भागांसाठी केला जातो. निरोगी अवस्था, ध्यान यातून आपण देवालाच तर भेटत असतो. म्हणून योग्य प्रशिक्षकाच्या मार्गदर्शनाखाली हे साधता येऊ शकतं. म्हणून कुत्र्यासारखं स्ट्रेचिंग करा. उड्या मारा. सूर्यप्रकाशात बसून राहा. ताजी हवा घ्या. तुमच्या हक्काच्या गोष्टी आहेत त्या.

❊❊❊

तुमचा ॲक्शन-प्लॅन

बत्तिसावा आठवडा

२८ जुलै ते ३ ऑगस्ट

दोस्त म्हणजे जगणं!

सोमवार ते शुक्रवार 'मैत्रीचं लोण' पसरलंय. आपण कधी टीव्हीला चिकटून बसतो. फेसबुक, ट्विटरसारख्या डिजिटल फ्रेंड्सबरोबर तर आपला किती वेळ जातो! मैत्रीच्या व्याख्या बदलण्याचा सध्याचा जमाना आहे. पेरुग्वेमध्ये १९५८ साली 'आंतरराष्ट्रीय मैत्रीदिना'ची सुरुवात झाली. आयुष्यातलं सुंदर नातं म्हणजे मैत्री. या नात्याला छान साजरं करण्यासाठीच या दिवसाची योजना आहे. शुभेच्छापत्रं, फुलं, फ्रेंडशिप बँड्स देऊन, एकत्र खाऊन-पिऊन या दिवसाची मजा घेतली जाते. ऑस्कर वाइल्डने लिहिलंय, मित्राला त्याच्या दुःखात साथ करणं सोपं असतं, पण त्याच्या यशामध्ये त्याला साथ देणं थोडं अवघड असतं. ऑगस्टच्या पहिल्या रविवारी हा दिवस आता जगभर 'मैत्रीचा दिवस' म्हणून साजरा केला जातो.

डीन ऑर्निश या डॉक्टरने असं लिहिलंय, की ज्या माणसाला चारपेक्षा जास्त मित्र असतात त्याला हृदयविकाराचा धोका कमी असतो. म्हणूनच मैत्रीदिन हा खास आणि खास मित्रांसाठीचाच दिवस आहे. जे मित्र सदैव आपल्या सुख-दुःखात आपल्या बरोबर

असतात त्यांच्याबरोबर साजरा करण्याचा हा दिवस आहे. त्यांच्यावरचं आपलं प्रेम व्यक्त करण्याचा हा दिवस आहे. खरे मित्र हे सतत आपल्याबरोबर असतात. आजारपणात, आर्थिक संकटात, आपल्या प्रत्येक सुख-दुःखात आपल्याबरोबर असतात.

हा दिवस आपल्याला सांगतो, की मित्रांशिवाय आपलं आयुष्य किती सुनं, किती फिकं आहे. तू माझ्या आयुष्यात किती महत्त्वाचा आहेस/महत्त्वाची आहेस, या भावना सांगणारं एखादं पत्र तुम्ही कधी तरी आपल्या मित्र-मैत्रिणीला लिहिलंय? या मैत्रीदिनाला तुम्ही हे कराच. एक पत्र लिहाच. आपल्या आणि त्यांच्या मैत्रीची नोंद ठेवा. तुम्ही जर संगीतकार असाल तर त्यांच्या नावाने एखादी सुरेल धुन सजवा. तुम्ही जर कुक असाल, तर त्यांच्या नावाने सिग्नेचर डिश तयार करून त्याला त्यांचं नाव द्या. एका शेफने खरोखरच एका डिशचं नाव पीच मेलबा असं ठेवलंय. या मैत्रिणीचं नाव होतं मादाम मेलबा. ही एक प्रसिद्ध ऑपेरा सिंगर आहे.

यू.एन्.ने 'विनी द पू'ला मैत्रीसाठी ब्रँड अँबॅसडर बनवलं त्यात डिस्नेचा सहभाग होता. तुम्ही काय करणार तुमच्या मित्र-मैत्रिणींसाठी? खरं तर आजच्या जगात खरी, विशुद्ध मैत्री करणंसुद्धा तसं अवघडच आहे; पण या वातावरणातही तुमची मैत्री अबाधित कशी राहील हे बघा.

चिरंतन मैत्री टिकवण्यासाठी हे करा-

- आपल्याला नक्की कोणाशी आयुष्यभर मैत्री करायला आवडेल याचा विचार करा. आपण भेटलेल्या प्रत्येकाशी काही चिरंतन मैत्री करू शकत नाही. असे मित्र मोजकेच असतात.

- आपल्या सुख-दुःखात साथ करतील असे कोण आहेत? आजारपण, आर्थिक संकट, मृत्यू, घटस्फोट अशा प्रसंगी जेव्हा आपल्याला इतरांच्या सोबतीची आवश्यकता असते तेव्हा कोण असेल बरोबर? मैत्रीत मनापासून सोबत हवीच.

- अशा मित्र-मैत्रिणींना सतत भेटत राहा. कायम आनंदाचे प्रसंग त्यांच्यासोबत साजरे करत राहा.

- या मैत्रीत आपला नवरा/बायको आणि मुलं अवश्य सोबत असू द्यात.
- नेहमी संपर्कात राहा. चांगल्या प्रसंगात तर भेटाच.
- आपल्या मित्रांशी सकारात्मक राहा. त्यांचे प्रयत्न, त्यांचे कष्ट, त्यांचे यश याबाबत कायम प्रोत्साहन देत राहा.
- एकमेकांना पुस्तकं द्या, सीडीज द्या.
- 'बरोबर' आणि 'चूक' या फंदात पडू नका. टीका नकोच.
- तुम्ही समजून घ्या. तुम्हाला कोणी समजून घेण्याची वाट बघू नका.
- मोबदल्याची अपेक्षा न ठेवता मदत करत राहा.
- मित्रांना जसे ते आहेत तसे स्वीकारा आणि त्यांच्यावर प्रेम करा. ते कसे व्हायला पाहिजेत यावर मतप्रदर्शन नको.
- त्यांच्याबद्दल जे वाईट बोलतात त्यांना योग्य शब्दांत उत्तर द्या.
- तुम्ही दिलेली आश्वासनं पूर्ण करा. शब्द पाळा.

❀❀❀

तुमचा ॲक्शन-प्लॅन

तेहतिसावा आठवडा

४ ते १० ऑगस्ट

काम साजरं करा

ज्या माणसांना आपल्या कामात मनापासून रस वाटतो त्या माणसांचं आयुष्य खरंच सुखी होतं. आपल्या कामाविषयी आपल्याला प्रेम वाटतं का? जर तसं वाटत असेल तर काम हा आनंदाचा अनुभव असतो. कामातून आनंद मिळत असेल तर अब्राहम मॅस्लोच्या सारणीप्रमाणे 'सेल्फ-ॲक्च्युअलायझेशन'- आत्मसन्मानाच्या पायरीपर्यंत आपण जातो. म्हणजे तुम्ही १०० वर्षं जगलात तरी तरुणच राहणार.

अशोक सेन हे भौतिकशास्त्रज्ञ. त्यांनी फंडामेंटल फिजिक्स प्राइझ जिंकलं. ३ दशलक्ष यू.एस. डॉलर्स अशा भरभक्कम रकमेच्या या पारितोषिकाची घोषणा रशियन आंत्रप्रेन्युअर आणि व्हेन्चर कॅपिटॅलिस्ट युरी मिल्नर यांनी केली होती. अशोक सेन यांनी 'स्ट्रिंग थिअरी' या क्षेत्रात संशोधन केलं आहे. ते १९९५ पासून अलाहाबाद रिसर्च इन्स्टिटट्यूटमध्ये संशोधन करतात. ते म्हणतात, ''भौतिकशास्त्रावर संशोधन करण्यासाठी खूप मोठ्या गोष्टींची गरज नसते. एक कॉम्प्युटर आणि इंटरनेट कनेक्शन पुरतं.'' ते शास्त्रज्ञ

आहेत आणि शिक्षकही. हिग्ज बोसॉन कणांवर आधारित त्यांचं संशोधन आहे. ही हिग्ज बोसॉन थिअरी कोलकत्याचे शास्त्रज्ञ सत्येंद्रनाथ बोस यांच्या थिअरीवर आधारित आहे. सेन यांनी कमीत कमी साधनांमध्ये संशोधन केलं. कामातला खरा आनंद त्यांनी शोधला. त्यामुळेच त्यांच्या संशोधनाला पावती मिळाली. स्ट्रिंग थिअरीवरील हे संशोधन पुढेही काही काळ चालू राहणार आहे. हाडाच्या संशोधकाला साधनं कमी असली तरी चालतं. तो कोणत्याही परिस्थितीत काम करतो आणि आनंद मिळवतोच.

लंडनमध्ये 'क्वालिफिकेशन्स ॲथॉरिटी ऑफ सिटी ॲन्ड गिल्ड्स' यांनी केलेल्या एका सर्व्हेनुसार असं लक्षात आलंय, की कामाचं सर्वांत जास्त समाधान हेअरड्रेसर्सना मिळतं. याचं कारण असं आहे, की हेअरड्रेसर्स ग्राहकाच्या अगदी जवळ असतात आणि या कामात त्यांना सर्जनशीलतेची चमक दाखवता येते.

आपल्याला जर आपलं काम आवडत नसेल तर आपल्याला सारखंच दमल्यासारखं, थकल्यासारखं वाटतं. आपल्या आयुष्यातला सगळा आनंदच निघून जातो. अस्वस्थतेत काम केल्याचा थेट परिणाम आपल्या श्वासावर होतो. त्याने जगण्याचा सगळा तोलच बिघडून जातो.

कामातून आनंद मिळवण्यासाठी या काही युक्त्या-

- **कामात अधूनमधून 'रिलॅक्सेशन ब्रेक' घ्या.** एन.आय.आय.टी.त काम करणाऱ्यांसाठी एक मजेदार पार्टी असते. पहिल्या पावसाची सर कोसळली की त्यांच्यासाठी मस्त गरमागरम भजी केली जातात. आपण जेवणाच्या सुट्टीत ताण घालवण्यासाठी खेळ ठेवू शकतो, खेळू शकतो. कर्मचारी आपापल्या गरजेनुसार आपल्या मर्जीने पाच मिनिटांचा ब्रेक दिवसातून कोणत्याही वेळी घेतील अशी व्यवस्था आणायला हवी. जपानी लोक दिवसातून दोन वेळा विश्रांतीसाठी ब्रेक घेतात. दर शुक्रवारी बुक क्लबचं आयोजन करणं हाही एक छानसा ब्रेक आहे. आपल्याला जे आवडतं त्यासाठी रोज थोडा वेळ काढलाच पाहिजे.

- **कामाच्या प्रगतीची योजना आखा.** आपल्या स्वत:च्या प्रगतीसाठी आपणच जबाबदार असतो. स्वत:साठी एक प्रोत्साहन योजना आखा. एखादी नवी गोष्ट शिका, किंवा एखाद्या अवघड कामासाठी प्रतिनिधी म्हणून जा. वेगळंच काम स्वीकारा. आपल्याला स्वत:ची प्रगती करण्याची कोणती संधी या कामात आहे ते शोधा. आणि तरीही जर तुमचं काम आवडत नसेल तर दुसरं काम शोधा, पण फार काळ असमाधानी अवस्थेत घालवू नका.

- **आपल्याभोवती चांगल्या लोकांचं नेटवर्क उभारा.** जे काम तुम्ही करताय त्याविषयीचं एक भव्य चित्र नजरेसमोर आणा. जेव्हा हे चित्र डोळ्यांसमोर उभं राहील तेव्हा आपण आता कुठे पोहोचलो आहोत आणि आपल्याला कुठे पोचायचं आहे याचं चित्र स्पष्ट होईल. तुमचं काम कसं चालू आहे याविषयी इतरांच्या प्रतिक्रिया काय आहेत त्या बघा. स्वीकारा. त्या योग्य वाटल्या तर त्या अवश्य वापरा. यातून तुम्ही तुमची प्रगती साधताय हे लक्षात घ्या. जसजसे तुम्ही पुढे जाल तसतसे इतरांबद्दलचे नकारात्मक शेरे, कोणाच्याही पाठीमागे बोलणं, असंतुष्ट लोक, हे सगळं जरा बाजूला ठेवा. आनंदी, दुसऱ्यांच्या यशात आनंद मानणारे आणि आशावादी लोक आपल्या जवळ हवेत.

- **संघर्षाशी सामना करा आणि कल्पनांची देवाणघेवाण करा.** संघर्ष हे स्वतःच्या विकासाचं माध्यम असू द्या. काही लोक संघर्ष जाणीवपूर्वक टाळतात. संघर्षातून स्वतःची प्रगती साधा व नातेसंबंधही सुधारा. त्यातून तुमची कामगिरी बहरेल, व्यावसायिक धाडस वाढेल आणि चाकोरी बाहेरच्या कल्पना तुम्ही प्रत्यक्षात उतरवू शकाल. म्हणून संघर्षाचा आधीच विचार करून ठेवा.

- **काहीच नाही घडलं तर** कधी कधी दुसरा पर्याय शोधावा लागतो. काहीच सकारात्मक घडत नसेल तर व्यवसाय बदला, नोकरी बदला.

कामात आनंद शोधण्यासाठी हे कराच-

- शनिवारी-रविवारी सुट्टी घ्या आणि बाहेर फिरायला जा.

- ध्यान करा. स्वतःची काळजी घ्या.

- आपल्या जीवनातली ध्येयं काय आहेत त्यांच्याकडं एक नजर टाका आणि त्यानुसार आपल्या कामाचं विश्लेषण करत राहा.

- 'नाही' म्हणायला शिका.

- लक्षात ठेवा, 'बढती' पेक्षाही महत्त्वाची आहेत ती माणसं.

- जर आसपास नको असलेलं कुबट वातावरण असेल तर ती नोकरी बदलून टाका.

- इतर कोणत्याही भौतिक गोष्टींपेक्षा तुम्ही महत्त्वाचे आहात, हे कायम लक्षात ठेवा.

❀ ❀ ❀

तुमचा ॲक्शन-प्लॅन

चौतिसावा आठवडा

११ ते १७ ऑगस्ट

काम आणि आराम

काम आणि आराम या दोन गोष्टींमध्ये योग्य संतुलन असेल तर जगण्याला एक छान अर्थ येईल हे नक्की. या दोन्हींचा अर्थ समजून घेऊ. काम म्हणजे आपला व्यवसाय, आपली ध्येयं. आराम म्हणजे आरोग्य, आनंद, फावला वेळ, कुटुंब आणि आध्यात्मिक गोष्टी. आपलं आयुष्य यातच तर सामावलेलं आहे. यातूनच जगण्याला एक संतुलन मिळेल.

मानववंशशास्त्रात आनंदाची एक व्याख्या केली आहे. त्यानुसार आनंद म्हणजे काम आणि आराम यातला समतोल. तो सांभाळता आला पाहिजे. आता कित्येक कंपन्यांनी कर्मचाऱ्यांसाठी विविध सुविधा दिलेल्या आहेत. त्यात 'वर्क फ्रॉम होम' ही एक संकल्पना आहे. कर्मचारी ऑफिसपासून लांब असले तर ते काम करतील अशी व्यवस्था यातून होते. सेलफोन्स, कॉम्प्युटर्स, ई-मेल्स याद्वारा काम करता येतं. एखादा मेल किंवा व्हॉइसमेल ते केव्हाही करू शकतात. वीकेन्डच्या सुट्ट्या असल्या तरी त्यांना काम केव्हाही करता येतं. संशोधनात असं दिसून आलंय, की जे कर्मचारी

कामाला जगण्याचाच एक अविभाज्य भाग समजतात, ते प्रत्यक्ष कामावर नसतानाही टेक्नोलॉजीचा वापर करून आपली कार्यक्षमता दाखवून देतात.

काही विचारवंतांचं असं म्हणणं आहे, की या नव्या तंत्रज्ञानामुळे काम आणि खासगी आयुष्य यावर तंत्रज्ञानाने एक नियंत्रण आणलं आहे, एक प्रकारची घुसखोरी केली आहे. आता या नव्या पद्धतीच्या ऑफिसेसमध्ये अतिकामामुळे अतिताण घेण्याचं प्रमाण वाढलं आहे. जवळपास सर्वच क्षेत्रांत हे बघायला मिळतं. खालपासून वरपर्यंत- उतरंडीमध्ये हेच दिसतं. मागच्या दशकात तर संस्था आणि कर्मचारी यांच्यात संघर्ष वाढलेले दिसून येतात. असे काही संघर्ष न्यायालयापर्यंत गेल्याचं दिसून येतं. हा सर्व काम व आयुष्याचा असमतोल आहे.

कर्मचाऱ्यांशी संबंधित काम करणाऱ्या व्यक्तींच्या म्हणण्यानुसार अशी परिस्थिती निर्माण व्हायला अनेक गोष्टी कारणीभूत आहेत. यात वैयक्तिक महत्त्वाकांक्षा, कुटुंबाच्या वाढत्या गरजा, तसंच खासगी आयुष्यापर्यंत घुसलेलं तंत्रज्ञान अशा बऱ्याच गोष्टी आहेत. जवळपास ६४ टक्के कर्मचाऱ्यांचं म्हणणं आहे, की त्यांच्या कामाचे ताण हे स्वत:च्या गरजांमधून निर्माण झालेले आहेत. ८१ टक्के लोकांचं म्हणणं आहे, की त्यांच्या नोकऱ्यांचा परिणाम त्यांच्या आरोग्यावर होतोय. असाही एक प्रवाह दिसून येतो, की 'मी हे काम करू शकत नाही' असं म्हणणं हे कर्मचाऱ्यांना कमीपणाचं वाटतं. त्यामुळे ते काम अंगावर ओढून घेतात.

कृषिक्षेत्रात मोसमानुसार काम करण्यासाठी दहा तासांचा एक दिवस धरला जातो. साठ तासांच्या कामाचा आठवडा आता कुठेच नाही. १९०५ साली बेकर्सनी न्यायालयात खटला दाखल केला होता. त्याचा निकाल देताना न्यायाधीशांनी सांगितलं होतं, की एका दिवसाला दहा तासांपेक्षा जास्त तास कोणालाच राबवून घेता येणार नाही. हा निकाल 'लोचनर वि. न्यूयॉर्क' या नावाने प्रसिद्ध आहे.

अमेरिकनांवर जाहिरातदारांनी असं गारुड टाकलेलं आहे की आनंद हा काही फावल्या वेळातल्या मनोरंजनातून येत नाही, तर तुम्हाला आराम देणाऱ्या वस्तू विकत घेतल्यामुळे येतो. वस्तू विकत घेण्यासाठी जास्त काम करण्याची त्यांनी गरज निर्माण केली आहे, असं चित्र सध्या दिसतं आहे.

सध्याची जी यशस्वी स्त्री आहे तिला तर वाटतं, की आपला मेंदू संगणकासारखा चालावा, स्त्रीसारखं दिसावं पण कुत्र्यासारखं काम करावं, ही अपेक्षा जरा जास्तच नाही का? एका संशोधनानुसार, ज्या कुटुंबात डबल इन्कम येतं, छोटी मुलं आहेत, अशा कुटुंबात ताण आहेत. ५० टक्के कुटुंबांना वाटतं की त्यांना कुटुंबासाठी पुरेसा वेळ देता येत नाही. तर एका सर्व्हेनुसार भारतातल्या ८२ टक्के स्त्रिया या

अतिताणाखाली आहेत. हा अतिताण प्रचंड कामातून आलेला आहे.

काम करणाऱ्या स्त्रिया आणि पुरुष यांच्या जबाबदाऱ्यांकडे एक नजर टाकू या.

- सतत खाण्यापिण्याचे पदार्थ तयार करणं.

- घर स्वच्छ करणं आणि झोपण्याची तयारी करणं.

- कपडे तयार ठेवणं.

- किराणा माल आणि इतर वस्तूंची खरेदी करणं.

- घरातलं वातावरण चांगलं राखणं.

- संघर्ष निर्माण होऊ नये अशी परिस्थिती तयार करणं आणि ती कायम राखणं.

- वेगवेगळ्या कामांच्या संदर्भात नियम ठरवणं.

- घरातल्या वस्तू आणि सेवांची दुरुस्ती/देखभाल (प्लम्बिंग, इलेक्ट्रिक इ.)

- बाह्यवस्तूंची देखभाल (छप्पर, हिरवळ, रोपं इ.)

- वाहनांची देखभाल

- घरगुती बिलं, बँक अकाउंट्स सांभाळणं, खासगी आर्थिक गुंतवणुकांकडे लक्ष देणं.

- बागकाम, सुरक्षा, रंगकाम इ.

- मनोरंजनाच्या गोष्टी ठरवणं.

- पाळीव प्राण्यांची काळजी.

घरातल्या या सर्व कामांची जबाबदारी कोण घेतं हे नीट बघा. यातल्या कोणत्या गोष्टी बाहेरून करून घेता येतील याचा विचार करा.

प्रत्येक गोष्ट स्वतःच करायची, हा अट्टहास सोडून द्या.

या चौकटीत घरातल्या कामांची विभागणी केलेली आहे. त्यानुसार कामे पार पाडा आणि चौकटीत लिहा-

काय?	कुठे?	कधी?	कसं?	कोण?	शेरा

सध्याच्या काळात कुटुंबं छोटी होत चालली आहेत. घरात शॉक अब्सॉर्बर्स उरलेले नाहीत. 'मूल वाढवण्यासाठी अख्ख्या गावाची गरज असते' असं म्हटलं जातं. ते हरवलेलं गाव आपल्याला साद घालत असतं, पण ते शक्य नाही हेही माहीत असतं. मग काय करायचं? नवीन पद्धतीचं एकत्र कुटुंब बनवायचं. त्यासाठी नव्या प्रकारचं नेटवर्क उभारायचं– सासरची मंडळी, पालक, शेजारी, कर्मचारीवर्ग, मित्र, स्थानिक ग्रंथालयं, शाळा, शिक्षक, सहकारी, छंदवर्ग आणि आरोग्यकेंद्र!

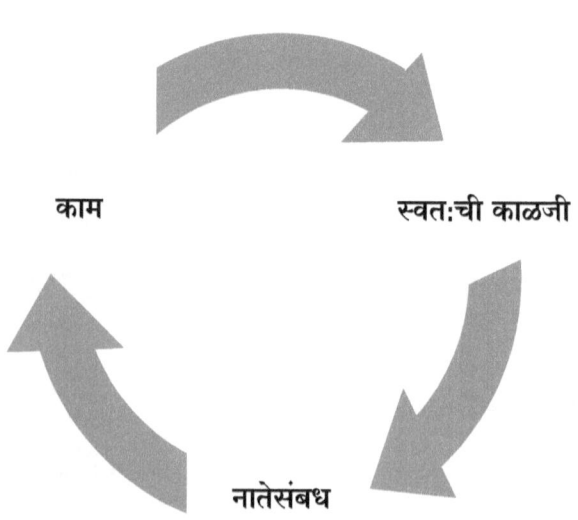

काम आणि आराम यात संतुलन राखण्यासाठी हे कराच-

- काही कामं बाहेरून करून घेतल्याने केल्याने तुम्हाला स्वत:साठी वेळ मिळेल.

- दिवसातून किमान तीनदा तरी रिलॅक्स व्हायला वेळ काढा.

- ताजं, ऊर्जादायी अन्न घ्या.

- जेवणानंतर बाहेर जाऊन फेरफटका मारून या.

- वाचन करा. आपलं मन शांत ठेवा, पण त्याच वेळेस आपल्यात कशा सुधारणा करता येतील याचाही विचार करा.

- आपल्या कामात कुटुंब आणि मुलं यांना नक्की सामावून घ्या. त्यांना एखाद्या दिवशी ऑफिसमध्ये बोलवा.

❀ ❀ ❀

तुमचा ॲक्शन-प्लॅन

पस्तिसावा आठवडा

१८ ते २४ ऑगस्ट

विश्रांती घ्या... उत्साह वाढवा

'पॉवर ब्रेक' ही संकल्पना आपल्याला माहीत आहे. एखाद्या कठीण शिखरावर चढाई करणारे वीर गिर्यारोहक हे पुरेशी झोप आणि अधूनमधून विश्रांती घेतात. रात्रीची चांगली झोप घेतली तर सात तासांनी आयुष्य वाढतं असं म्हणतात. दुपारची छोटी वामकुक्षीही चांगलीच. अनेक शतकांपासून आपल्या पूर्वजांनी विश्रांतीचं महत्त्व जाणलं होतं. विश्रांतीमुळे कार्यक्षमता सुधारते, हेही त्यांना माहीत होतं. औद्योगिक क्रांतीमुळे सकाळी ८ ते रात्री ८ अशी कामाची वेळ निश्चित केली गेली. मात्र, नंतरच्या काळात ती बदलून ९ ते ५ अशी करण्यात आली. बालवाडीत जाणारी मुलंही शाळेतून आल्यावर दूध पिऊन, काही तरी खाऊन दुपारची ताणून देतात, की परत उठून हुंदडायला मोकळी! पण कॉर्पोरेट कूलीज मात्र जागरणं करतात. झोप आणि विश्रांतीच्या वेळात कॉफी पिऊन झोप घालवायचा प्रयत्न करतात. त्यांनी जगज्जेत्या नेपोलियनचं उदाहरण डोळ्यांसमोर ठेवावं. आपल्याला माहीत आहे, नेपोलियन घोड्यावरच झोप घ्यायचा. पण हे बघा, की त्याने झोप टाळली नाही.

साठ मिनिटांची एक झोप पुढे दहा तास काम करण्याची ऊर्जा देते. आठवड्यातून दोनदा जर दुपारची विश्रांती घेतली तर कॉरोनरी आर्टरीशी संबंधित आजार होण्याचं प्रमाण ३७ टक्क्यांनी कमी होतं. डुलकीमुळे मूड चांगला होतो, तत्परता वाढते, आरोग्य सुधारतं आणि माणसामाणसांतले संबंध सुधारायला मदत होते.

वीस मिनिटांची झोप स्मरणशक्ती वाढवायला मदत करते. 'नाइके' नावाच्या कंपनीत कर्मचाऱ्यांसाठी एक वेगळी शांत खोली असते, तिचा उपयोग छोट्या डुलकीसाठी करावा असं कंपनी सुचवते. ध्यान केल्यामुळे हेच साध्य होतं. खरं तर झोपेपेक्षाही चांगले फायदे मिळतात. विश्रांतीमुळे ताण नाहीसा करणारी रसायनं निर्माण होतात. चालणं, वाचन करणं, इतरांशी जाऊन गप्पा मारणं यामुळेही ताण कमी होतो.

फावल्या वेळात काही मजेच्या गोष्टी करायला हव्यात. यातून काम आणि आराम यात संतुलन निर्माण होतं. सारखं कामात राहिलं की ताण अतोनात वाढतो.

सुट्ट्या या म्हणूनच आवश्यक असतात आणि त्या वेळोवेळी घेतल्या पाहिजेत. त्यामुळे जर कधी शक्य झालं तर एका आठवड्याऐवजी दोन आठवड्यांची सुट्टी घ्या. एका आठवड्याची सुट्टी असेल तर माणसं त्या आठवड्याच्या शेवटी पूर्ण रिलॅक्स होत नाहीत. पूर्ण ताणरहित होऊन पुन्हा कामाला लागावंसं वाटावं यासाठी जास्त सुट्टी पाहिजे.

हे लक्षात घ्या, की ही सुट्टी फक्त रिलॅक्स होण्यासाठीच घ्या. त्या वेळी दुसरी काही कामं ठेवू नका. सुट्टीच्या वेळात पुरेशी विश्रांती घ्या. इतर काही गोष्टींत मन गुंतवा, म्हणजे कामांना उत्साहाने सामोरं जायला तुम्ही तयार असाल.

जेव्हा आपण ताणात असतो, चिंतेत असतो तेव्हा आपण झोपतो, पण आपल्याला शांत झोप लागत नाही. कारण हा ताण आपल्याला नीट झोप लागू देत नाही.

जर झोप येत नसेल तर-

– झोपायला जाईपर्यंत खूप मानसिक ताण वाढवणारं काम करू नका. झोपायच्या पुरेसं आधीच तुमचं काम थांबवा. मन शांत होऊ द्या.

– झोपायच्या आधी मनाला शांत करणारं एखादं पुस्तक वाचा. यामुळे दिवसभरातल्या ताणयुक्त गोष्टी थोड्या विसरता येतील. मग नीट झोप लागेल.

– मनात सतत येणारे विचार आणि चिंता एळाद्या कागदावर लिहून काढा,

म्हणजे ते सगळे विचार तुमच्या मनाच्या बाहेर निघून जातील. सकाळी उठून एकदा तो कागद वाचा. आता शांत आणि ताणरहित मनाने तुम्हाला त्याच्यावरचे उपाय सुचतील. ते करा.

- रोज झोपायला जायची वेळ एकच ठेवा. शरीर आणि मनाला या वेळेची सवय लावा.

- कॅफेनयुक्त पेयं आणि अल्कोहोल घेऊ नका. संध्याकाळी चारनंतर कॉफी किंवा कोला प्यायलं तर रात्री झोप लागत नाही असा अनेकांचा अनुभव असतो. जे अल्कोहोल घेतात त्यांचाही असा अनुभव आहे, की ते रात्री झोपतात पण त्यांना मध्यरात्री जाग येते. त्यानंतर झोप लागत नाही.

- जर तुम्हाला निद्रानाशाची समस्या असेल तर ध्यान करा, योगासनं करा. योगनिद्रेचा सराव करा.

वय होणं म्हणजेच आपल्या शरीरातले मॅक्रोमॉलिक्युल्स, पेशी, अवयव सर्व काही थकून जातं. अंतर्गत बदल सातत्याने घडून येत असतो. पण कायाकल्पसारखी प्राचीन आयुर्वेदिक पद्धती आपल्याला नवजीवन देते. पंचकर्मामुळे आपलं शरीर विषद्रव्यरहित होतं. हे केल्यामुळे वृद्धत्व लवकर येणार नाही आणि पेशींना नवसंजीवनी मिळेल.

स्वतःला नवसंजीवनी मिळण्यासाठी हे करा-

- रोज दोन वेळा वीस मिनिटांची डुलकी काढा.
- जेवणानंतर थोडी विश्रांती घ्या.
- रोज एक तास मौन पाळा.
- तुमची झोपण्याची जागा शांत, अंधारी आणि आरामदायी आहे का हे तपासून घ्या.

❀ ❀ ❀

तुमचा ॲक्शन-प्लॅन

छत्तिसावा आठवडा

२५ ते ३१ ऑगस्ट

नकारात्मकता नकोच!

यशस्वी व्हायचं असेल तर आनंदी राहणं शिकलंच पाहिजे. आयुष्यभरासाठीची नाती टिकवायची असतील तर आनंदी राहायला हव. तुम्ही जेव्हा कोणालाही भेटाल तेव्हा त्या व्यक्तीत काय चांगलं आहे ते बघा. तुमच्या मनातल्या मूल्यांचं ऐका. कोणालाही भेटाल, कोणाशीही गप्पा माराल तेव्हा पूर्ण सकारात्मक राहा. तुम्हाला देवाने दुसऱ्यांच्या चुका सुधारण्यासाठी किंवा त्यांना निराश करण्यासाठी या पृथ्वीतलावर पाठवलेलं नाही. तुम्ही काही जगाचे पोलिस नाही.

उपनिषदांमध्ये असं म्हटलंय, की आपल्यापैकी प्रत्येकामध्ये चैतन्याचा अंश आहे. प्रत्येकालाच आयुष्यात सुख-दुःखांशी सामना करावा लागतो, मग तो कोणीही असो. नेता, अयशस्वी माणूस, एखादा न्यायाधीश, गुन्हेगार किंवा अगदी प्राणी, पक्षी, मासे, रोपं- सगळ्याच सजीवांमध्ये हा चैतन्याचा अंश असतो. ज्यांना दुसऱ्यातला हा चैतन्याचा अंश ओळखता येतो ते स्वतःला त्यांच्याशी जोडून घेऊ शकतात. ज्यांना हा अंश ओळखता येत नाही

त्यांचे इतरांशी संबंध हे संघर्षाचे असतात. त्यांना नाती टिकवता येत नाहीत. लोक त्यांच्यापासून दूर राहतात.

काही साधेसुधे शब्द वापरून माणसांना जोडता येतं, संवादाचे पूल बांधता येतात. ही वाक्यं नात्याला आधार देतील, इतरांना प्रोत्साहन देतील. ही वाक्यं अगदी प्रामाणिक भावनेने वापरा.

- मी सहमत आहे.

- मला तुमच्याशी बोलून बरं वाटलं.

- हे छानच आहे.

- चांगलंच काम केलंय तुम्ही!

- माझ्या हातून चूक झालीये, मला माफ करा.

- आज तुम्ही खोली अगदी स्वच्छ केलीत. मला आवडलं हे.

- ही कल्पना खूपच चांगली आहे.

- तू योग्य मार्गावर आहेस. तुझं बरोबर चाललंय.

- माझा विश्वास आहे, तू हे बरोबर करशील.

- हे काम तू छानच केलंयस!

- हां, यालाच म्हणतात 'विजेता'!

- जर हे सगळे करू शकतात, तर तुलाही हे नक्की येईल.

- अभिनंदन!

- सुंदर!

बहुतेकदा असं होतं, की एखाद्याचे नकारात्मक शब्द एखाद्या शस्त्रासारखे आपल्या मनाला जखम करून जातात. अनेकदा न बोलताही नकारात्मक शेरे मारता येतात, असे शेरे दुसऱ्यांना पार विव्हल करून सोडतात. आपल्या स्वरातून, शब्दांतून किंवा मौनातूनही आपण इतरांना कसे दुखावतो ते बघा. इकडे नीट लक्ष द्या.

- म्हणून मला कधीच तुझी बाजू घेता येत नाही.

- तू कायमच गोंधळ घालतोस.

- अशी अशक्य कल्पना तुझ्याच डोक्यात येऊ शकते.

- दर वेळी तू आलास/आलीस की गोंधळ होतोच!

- तुला याविषयी काहीही माहिती नाही.

- तू सांगितलेलं सगळं आम्ही आधीच करून झालंय. त्याने काहीही साध्य होत नाही.

- हे ऐकायला बरं वाटतंय, पण प्रत्यक्षात उतरेल असं वाटत नाहीये.

- गंभीर होण्याची गरज आहे, स्वप्नातले इमले नकोत!

- हे असलं कोणी केलंय का आधी?

- याबद्दल आधी जरा पन्नासेक लोकांना विचारून ये जा.

- तुला आमच्या संस्कृतीबद्दल काहीच माहीत नाही.

आपल्याला जर निराशा आणि आजार यापासून दूर राहायचं असेल तर आपल्याला भरपूर मित्र हवेत. आपल्यावर कोणी तरी प्रेम करतंय ही भावना आपलं संरक्षण करते. नकारात्मक भावना आपल्याला खूपच त्रास देतात. हल्ली आपण बघतो, की किती तरी माणसांना मित्रच नसतात. ते त्यांच्या कुटुंबांच्या सहवासातही नसतात. माणसांपेक्षाही ते कॉम्प्युटरच्या सान्निध्यात जास्त असतात. कारण त्या यंत्राची त्यांच्याकडून कसलीही मागणी नसते. कित्येक वयस्कर माणसं स्वतःच्या नातवंडांना खेळवण्यापेक्षा कुत्र्यांना खेळवतात. आजपासूनच तुमच्या जवळच्या माणसांकडे जरा प्रेमाने बघा. उबदार पांघरूणं काय, प्रत्येकाकडे असतात. तुमची नाती तितकीच उबदार आहेत का हे बघा. संगणक हा काही माणसांना पर्याय म्हणून वापरता येत नाही. तुमच्या कुटुंबात स्वतःला गुंतवा. जवळच्या आणि लांबच्या दोन्ही नातेवाइकांच्या संपर्कात राहा. मित्रमंडळी जोडा.

आपल्या आयुष्यात प्रेम आणण्यासाठी हे करा–

- एखाद्या संस्थेचे सदस्य व्हा.

- परिसरातल्या मंडळांशी, संस्थांशी जोडून घेऊन काम करा.

- एखाद्याला मदत करण्यासाठी त्याच्यापर्यंत पोहोचा.

- नाती जोडा, टिकवा.

- कुटुंबातल्या परंपरा जपा.

- कुटुंबातल्या सगळ्यांना एकत्र आणा.

- एकत्र जेवायला बसा.

- आपल्या मुलांना प्रेमाने जवळ घ्या.

- एखाद्या स्व–मदत गटात सहभागी व्हा किंवा असा एखादा गट स्वत: स्थापन करा.

तुमचा ॲक्शन-प्लॅन

सदतिसावा आठवडा

१ ते ७ सप्टेंबर

गुरूचा आदर ठेवा

भारतीय संस्कृतीत गुरूला स्वयंविकासाचं सर्वोच्च साधन मानण्यात आलंय. संस्कृतमध्ये 'गु' म्हणजे अंधार, अज्ञान. 'रु' म्हणजे अंधाराला दूर करणारे. आपल्या आयुष्यातला अंधार दूर व्हावा म्हणून गुरूची आवश्यकता असते. भारतीय तत्त्वज्ञानानुसार कोणतीही गोष्ट शिकण्यासाठी गुरूची आवश्यकता असते. पुस्तकांपेक्षाही गुरूचं स्थान वरचं आहे. कारण गुरू हा ज्ञानी असतो आणि तो त्याच्या शिष्याला अतिशय प्रेमाने शिकवतो.

गुरुपौर्णिमेला- जुलैच्या पहिल्या पंधरवड्यात- पूर्ण चंद्र उगवलेला असतो. बोधिवृक्षाच्या खाली पूर्ण ज्ञान प्राप्त झाल्यावर बुद्धांनी सारनाथला प्रथम दीक्षा दिली, म्हणून हा दिवस साजरा करतात. हिंदूंना हा दिवस महत्त्वाचा वाटतो, कारण व्यासमुनींनी ब्रह्मसूत्रं लिहिली. व्यासमुनींना वेदव्यास असं म्हटलं जातं. त्यांनी विविध श्लोक एकत्र केले व ते चार ग्रंथांमध्ये संकलित केले.. तेच ऋग्वेद, सामवेद, यजुर्वेद आणि अथर्ववेद हे चार वेद! पुराणं ही त्यानंतरच्या काळात आली. त्यांनी आपल्या चार शिष्यांना या वेदांचं ज्ञान दिलं-

पैल, वैशंपायन, जैमिनी आणि सुमंतू. आणि त्यांना वेदांचा प्रसार करायला सांगितलं. अशा व्यासांचं स्मरण या गुरुपौर्णिमेच्या दिवशी करण्यात येतं.

भारतीय संस्कृतीत पुस्तकी शिक्षणापेक्षा गुरूने जे सांगितलं ते आचरणात आणणं हे अतिशय महत्त्वाचं मानलं गेलेलं आहे. गुरूला देवस्थानी मानलं जातं. या दिवशी शिष्य गुरूची पूजा करतात, गुरुदक्षिणा देतात, फुलं-फळं देतात. गुरूही शिष्यावर एखाद्या पालकाप्रमाणे प्रेम करतो. गुरूचा सन्मान राखण्याची परंपरा अनेक देशांमध्ये आणि प्रदेशांमध्ये आढळते. हिंदू कथांनुसार एकलव्याने गुरू द्रोणाचार्यांना त्याचा अंगठा कापून दिला होता. याचा अर्थ असा, की यापुढे त्याला कधीच धनुष्य-बाण चालवता येणार नाही.

जुलैच्या चौथ्या रविवारी अमेरिकेत पालकदिन साजरा केला जातो. मुलांसाठी पालक हेच तर त्यांचे पहिले गुरू असतात. यू. एन. काँग्रेसमध्ये हा दिवस 'मुलांना त्यांचे पालक आधार देतात, त्यांचं संगोपन करतात, याविषयी कृतज्ञता' म्हणून साजरा केला जातो.

नवरात्रीचे नऊ दिवस संपल्यानंतर दिवस येतो तो विजयादशमीचा. महिषासुर नावाच्या असुराचा दुर्गादेवीने वध केला तो हा दिवस. दुष्ट शक्तींचा पराभव आणि चांगल्या गोष्टींची सुरुवात म्हणून हा साजरा केला जातो. एखादी नवी गोष्ट शिकायची असेल तर त्याची सुरुवात दसऱ्यापासून करतात. हे शिकणं म्हणजे अक्षरं असोत किंवा संगीत किंवा एखादी कला असो. या दिवशी शिष्य गुरूला अभिवादन करतात व गुरुदक्षिणा अर्पण करतात.

शिष्यांना नवीन गोष्टी शिकवल्याबद्दल गुरूला आदर मिळतो. भगवद्गीतेला अनेकजण गुरू मानतात. आपली पहिली गुरू आई. तिने गायलेली अंगाई हीसुद्धा आपल्यासाठी गुरुस्थानीच असायला हवी कारण आईच्या प्रेमाइतकं विशुद्ध प्रेम जगात नाही.

आपल्या गुरूंच्या सन्मानासाठी हे करा–

- चांगलं काम करणाऱ्या धार्मिक आणि सामाजिक संस्थांचा गौरव करा.

- मुलांच्या चांगल्या भविष्याचा त्यांच्या गुरूंनी– म्हणजे पालकांनी विचार करायला हवा.

- स्थानिक, राष्ट्रीय आणि आंतरराष्ट्रीय पातळीवरचे द्रष्टे शिक्षक माहीत करून घ्या. त्यांच्याविषयी जाणून घ्या.

- मुलांसाठी शिक्षक हे आदर्श असतात. शिक्षकदिनाच्या दिवशी मुलांना त्यांच्या शिक्षकांविषयी विचार लिहायला सांगा.

- अनुभव हेसुद्धा आपले गुरू असतात. आपल्याला मिळालेल्या नकारात्मक अनुभवांतून काय शिकायचं आणि त्यातूनही आशावादी कसं व्हायचं हे ठरवा.

- आपल्या आयुष्यातले अगदी आधीपासूनचे चांगले शिक्षक आठवा. निवृत्त झाल्यावर आपल्या विद्यार्थ्यांना भेटण्यात शिक्षकांना अतिशय आनंद होत असतो. त्यांना अवश्य जाऊन भेटा.

तुमचा ॲक्शन-प्लॅन

अडतिसावा आठवडा

८ ते १४ सप्टेंबर

आयुष्यभर शिकायचंच आहे आपल्याला

आपण अगदी लहानपणापासून शिकतच असतो. प्रौढ मेंदूमध्ये सुमारे १०० अब्ज न्यूरॉन्स असतात. गर्भावस्थेत हे न्यूरॉन्स तयार होतात. एक न्यूरॉन हा सुमारे ५००० न्यूरॉन्सशी जोडलेला असतो. आपण नवीन गोष्टी शिकतो तसतशी न्यूरॉन्स जुळण्याची प्रक्रिया होत राहते. अशा प्रकारे मेंदूचं हार्डवेअर होतं. आता त्यात तुम्ही सॉफ्टवेअर काय घालता हे तुमच्यावर अवलंबून आहे.

आपल्या पाच ज्ञानेंद्रियांमधून विविध प्रकारचं ज्ञान मेंदूपर्यंत पोचत असतं. आपल्या प्रत्येकाकडे शाळेचा एक वर्ग असतो, तो म्हणजे आपलं आयुष्य. कित्येक व्यक्तींकडून, कित्येक प्रसंगांमधून आपण नव्या नव्या गोष्टी सतत शिकत असतो. आपल्या मेंदूची क्षमता फार मोठी आहे. एन्सायक्लोपीडिया ब्रिटानिकाचे ७,५०० खंड बसतील एवढी माहिती साठवून ठेवण्याची आपल्या मेंदूची क्षमता असते. त्यामुळे मेंदू हा खरोखर सुपर कॉम्प्युटर आहे असं म्हणायला

हरकत नाही.

वास्तविक पुस्तक हा ज्ञानाचा एक मार्ग आहे असं म्हणतात, पण न्यूरल नेटवर्क चांगल्या पद्धतीने होण्यासाठी फक्त पुस्तकं हेच एक माध्यम आहे असं नाही. जसजसे आपण नव्या नव्या व्यक्तींना भेटतो, त्यांच्याकडून काही ना काही शिकतो, त्यामुळे आपल्या मेंदूमध्ये डॅन्ड्राइट्स आणि सिनॉप्सिसचं जाळं तयार होतं. आपल्या आवडत्या लोकांकडून आपण खूप काही शिकतोच, पण नावडत्या लोकांकडूनही जरा जास्त शिकतो. आपण ठरवलं तर प्रत्येक माणसाकडून आपण काही ना काही नक्की शिकू शकतो. आयुष्याच्या शेवटच्या दिवसापर्यंत न्यूरॉन्स शिकण्याचं काम करत राहतात. संशोधनं असं सांगतात, की आपली शिकण्याची क्षमता एवढी अफाट आहे, की आपल्या शेवटच्या दिवसांतही आपण एखादं नवीन आव्हान घेऊ शकतो, एखादी नवी भाषा शिकू शकतो, आपल्या मेंदूची ताकद कायम वाढवू शकतो.

बुद्धिमत्तेच्या बाबतीत बोलायचं तर लहान मुलं ही मोठ्यांपेक्षा जास्त हुशार असतात. वयाच्या पाच वर्षांपर्यंत ती त्यांना हवं ते शिकू शकतात. मुलं अत्यंत सहजपणाने शिकतात, तेच शिकायला मोठ्यांना कष्ट घ्यावे लागतात. मुलं खेळता खेळता शिकू शकतात. खरं म्हणजे त्यांना खेळ खूप आवडतो. मोठ्यांचंही काही फार वेगळं नसतं. त्यांनाही मजा करतच शिकायला आवडतं.

भारतात शिक्षकाला गुरू म्हणतात. गुरू म्हणजे अंधार दूर करणारा. जो शिकवतो तो गुरू. कोणताही विषय शिकायचा, कोणतीही कला शिकायची तर गुरू हवाच. ५ सप्टेंबर १९६२ पासून भारताचे राष्ट्रपती डॉ. सर्वपल्ली राधाकृष्णन यांच्या स्मरणार्थ आपण शिक्षकदिन साजरा करतो. मुलं या दिवशी शिक्षकांना भेटवस्तू देतात. काही ठिकाणी मुलांनी शिक्षक व्हावं आणि त्यांच्यापेक्षा छोट्या मुलांना त्यांनी शिकवावं, असा उपक्रम घेतला जातो. हे शिक्षक मोठ्या अभिमानाने मुलांचं शिकवणं ऐकतात. खरा शिक्षक हा मुलांना शिकवण्यापेक्षा त्यांना शिकायला प्रवृत्त करतो. गृहपाठ करायला लावणाऱ्या शिक्षकापेक्षा विचार करायला लावणारा शिक्षक हा कधीही चांगलाच.

उद्धवाने श्रीकृष्णाला विचारलं, ''गुरू कोणाला म्हणावं?'' श्रीकृष्णाने आभाळाकडे बोट दाखवलं. तिथे एक गरुड होता. गरुडाची दृष्टी तीक्ष्ण असते. तो उंचावरून बघतो. त्याला जमिनीवर त्याचं भक्ष्य दिसतं. तो झटकन खाली येऊन भक्ष्य टिपतो. कृष्ण म्हणतो, ''दूरदृष्टीच्या बाबतीत तो गरुड म्हणजे गुरू. जंगलातल्या सिंहाला पाहिलंय? त्याची झेप कशी असते? ती झेप आपल्याला शिकवणारा तोच आपला गुरू. आपले आप्तस्वकीय तर शिकवतातच पण आपला तिरस्कार

करणारेही अधिक शिकवतात. यश हा आपला गुरू आहेच, पण अपयश हा तर जास्तच चांगला गुरू आहे. प्रत्येक अनुभव हा आपल्याला शिकवतो. आयुष्य हा तर सर्वांत मोठा गुरू आहे. त्याच्याकडून शिकण्याची आपली तयारी पाहिजे.''

शिक्षकांकडून आपण केवळ विषय शिकत नाही, तर जीवनशिक्षण घेतो. आपण शिक्षकांकडून खूप काही शिकतो. केवळ अनुकरणातूनही शिकतो. सहानुभूती, प्रतिष्ठा, धैर्य. खरा शिक्षक तो ज्याच्या हातात दिवा असतो आणि तो इतरांना प्रकाश देत असतो. डॅन रादर यांनी असं म्हटलं आहे, की खऱ्या शिक्षकाचं विद्यार्थ्यांवर प्रेम असतं. शिक्षकाचा तुमच्यावर विश्वास असतो. तो तुम्हाला वरच्या पायरीवर नेतो. कधी कधी तुम्हाला ढकलतो. सत्य नावाच्या काठीने पुढे नेतो. आज सुमारे शंभरेक देशांमध्ये शिक्षकदिन साजरा केला जातो. अफगाणिस्तानसारख्या संघर्षमय देशातदेखील शिक्षकांना मेजवानी, संगीत आणि वस्तूंची भेट देऊन शिक्षकदिन साजरा केला जातो.

जर तुम्ही प्रौढ असाल तरी शिकणं थांबवू नका. त्यासाठी या काही गोष्टी लक्षात घ्या-

- आपला विषय ज्याला मनापासून शिकवायला आवडतो अशा शिक्षकाकडे शिकायला जा.

- शिकण्याच्या प्रक्रियेत पाचही ज्ञानेंद्रियांचा वापर करा. त्या विषयावरचे सिनेमे बघणं, संगीत ऐकणं, माणसांना भेटणं हे करा. यामुळे तुम्हाला तो विषय जास्त चांगल्या प्रकारे समजेल.

- एखादी नवी भाषा शिकायची असेल तर त्यासाठी चांगला मार्ग म्हणजे त्या प्रदेशात जाणं, तिथे राहणं- जिथे तुमची भाषा कोणीच बोलत नाही. म्हणजे ती भाषा तिथल्या संस्कृतीसह खूप चांगली आत्मसात करता येईल.

- आयुष्यभर शिकत राहणं चांगलंच. मात्र, त्यासाठी स्वत:ला प्रेरित करावं लागतं. अभ्यासासाठी गट बनवले तर जास्तच चांगलं. इतरांमुळेही आपला शिकण्यातला रस टिकून राहतो. ई-लर्निंगच्या माध्यमातूनही शिकता येईल. विद्यापीठांमध्ये विशेष कोर्सेस असतात, त्यातूनही आपलं शिकणं चालू ठेवता येतं.

प्रत्येकाला व्यावसायिक क्षेत्रात आपलं ज्ञान अद्ययावत ठेवावंच लागतं. विशेषत: डॉक्टरांच्या क्षेत्रात तर नवीन ज्ञान असणं हे रुग्णाचं आयुष्य वाचवण्यासाठी गरजेचं असतं.

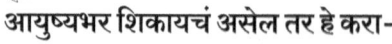

आयुष्यभर शिकायचं असेल तर हे करा–

- वाचनालयात स्वतःचं नाव नोंदवा. महिन्याला एक पुस्तक वाचा. पुस्तक वाचणारी मंडळी शोधून काढा. त्यांना नियमित भेटा.

- बुद्धिबळ, ब्रिजसारखे खेळ मुद्दाम खेळा. सुडोकू सोडवा. स्वतःलाच आव्हानं द्या.

- नवी भाषा शिका.

- आयुष्यभर शिकवून जाणारे जे अनुभव असतात ते लिहून काढा. त्यासाठी खास वही करा.

- दूरशिक्षणासाठी नाव नोंदवा.

- एखाद्या ठिकाणी सहल आयोजित करा. त्या ठिकाणचा इतिहास, भूगोल, कला, भाषा, संस्कृतीचा अभ्यास करा. भारतातल्याच दुसऱ्या एखाद्या राज्यातही तुम्ही जाऊ शकता.

- तुम्हाला काही तरी नवं शिकवेल असं टीव्ही चॅनेल निवडा किंवा तसेच सिनेमे बघा.

- अनोळखी पद्धतीचं संगीत मुद्दाम ऐका.

- नव्या विषयांची माहिती इंटरनेटवर शोधा.

❀ ❀ ❀

तुमचा ॲक्शन-प्लॅन

एकोणचाळिसावा आठवडा

१५ ते २१ सप्टेंबर

प्रत्येक दिवस आनंदाचा!

आजचा दिवस धरून ठेवा. प्रत्येक दिवस हा नवनव्या गोष्टी घेऊन अवतरत असतो. या दिवसांमध्ये कधी सुख असतं, कधी दु:ख. कधी यश तर कधी अपयश. या चढ-उतारांमुळेच आपलं आयुष्य घडत असतं. यातून रोज नव्या प्रकारचं शिक्षण होत असतं. प्रत्येक गोष्ट स्वीकारा. आपल्यासाठी हे सर्व आपल्या निर्मात्याने योजलं आहे.

कुठल्याही प्रवासी कंपनीकडे 'संपूर्ण आनंदाच्या गावाला' जायचं तिकीट मिळत नाही. दुसऱ्यांना मदत करणं, दुसऱ्यांना आनंदी करणं हेच आहे आपण आनंदी व्हायचं तिकीट. त्यासाठी तुम्हाला लांबवर कुठे तरी आफ्रिकेला जाऊन एड्सपीडितांची मदत करायला पाहिजे असं नाही. तुम्ही तुमच्या कुटुंबाकडे, नातेवाइकांकडे, मित्रांकडे, शेजाऱ्यांकडे, घरी काम करणाऱ्या माणसांकडे, तुमच्या ड्रायव्हरकडे बघा. त्यांना कदाचित तुमच्या मदतीची आवश्यकता असू शकेल. भूतानच्या पारो एअरपोर्टवर म्हणूनच हे वाक्य लिहिलेलं आहे- 'राष्ट्रीय आनंदाची सुरुवातही एका स्मितहास्याने होते.'

एका वरिष्ठ पोलिस अधिकाऱ्याने मला सांगितलं होतं, गुन्हे वाढण्याचं सर्वांत मोठं कारण म्हणजे अलिप्तता. या अलिप्ततेमुळे माणसं एकमेकांपासून दुरावत चालली आहेत. आपल्या घरातील आजी-आजोबांना त्यांचे अनुभव तुम्हाला शिकवायला सांगा. काही गोष्टी थेट त्यांच्याकडून शिका. नातवंडांबरोबर रस्त्याने जाताना, नातवंडं रस्त्यावर खेळताना त्यांना लक्ष ठेवू द्या, सुरक्षा कवच बनू द्या. रांगोळ्या, अल्पना कशा काढायच्या हे थेट आजीनेच नातवंडांना शिकवू द्या.

प्रत्येक कुटुंबाने एकत्र यायला पाहिजे. त्यासाठी निमित्तं शोधून काढली पाहिजेत. छोटी मुलं जशी सदैव आनंदात असतात तसं आपणही आनंदी राहिलं पाहिजे. टीव्हीवरचा एखादा मस्त सिनेमा सगळ्यांनी पॉपकॉर्न खात बघितला पाहिजे. एखाद्या शनिवारी रात्री घरी जेवतानाही राजेशाही थाटात जेवलं पाहिजे. आपण काय काय करू शकतो ?

–   एकत्र गाणी गाणं.

–   आपल्या शिक्षकांचे आभार मानणं.

–   आपले पालक आणि थोरामोठ्यांचा आदर करणं.

–   ज्यांनी आपल्याला त्रास दिला आहे त्यांना माफ करणं.

–   देवाचं स्मरण करणं.

तुमच्या परिसरात एक 'आनंदकार्य समिती' बनवा. दर महिन्याला काही तरी आनंदाचा कार्यक्रम योजता येईल. दिवाळी साजरी करण्यासाठी एकत्र येणं, मुलांसाठी चित्रकला स्पर्धा घेणं हे करायला हवं. त्यामुळे शेजाऱ्यांशीदेखील मैत्री वाढेल.

प्रत्येक दिवस वेगळा व्हावा म्हणून हे करा–

- आपल्या पालकांना छानसं पत्र लिहा.

- संगीत कार्यक्रमाला जा.

- एखाद्या पौर्णिमेच्या रात्री सगळ्यांना जेवायला बोलवा.

- तुमच्या कुत्र्याला घेऊन समुद्रकिनाऱ्यावर फिरायला जा.

- एखादं रोप लावा व त्याची काळजी घ्या. प्रत्येक झाड ही ऑक्सिजनची फॅक्टरी असते.

- बिया वाटा. त्या लावायला सांगा. पावसाळ्यात प्रत्येकाने बिया पेरल्या तर परिसर हिरवागार होईल.

- पक्ष्यांना खायला घाला. पाणी द्या. हे एक प्रकारे देवाचंच काम आहे.

तुमचा ॲक्शन-प्लॅन

चाळिसावा आठवडा

२२ ते २८ सप्टेंबर

शेजारी प्रथम!

अहिंसेचे सच्चे उपासक गांधीजींचा मृत्यू एका हिंसक माणसाच्या हातून झाला. ३० जानेवारी १९४८ हा तो दिवस. वाईट याचं वाटतं, की आजकाल कोणतीही समस्या सोडवायची असेल तर ती हिंसक पद्धतीनेच सोडवायची असते असं अनेकांना वाटतं. गांधीजींचं वैयक्तिक व सामाजिक आयुष्यही अतिशय शांततापूर्ण होतं. ते स्वत: एका स्वयंपूर्ण आश्रमात राहायचे. चरख्यावर स्वत:च्या हाताने कातलेलं खादीचं धोतर आणि शाल वापरायचे. कोणत्याही जीवाला त्रास नको म्हणून साधं शाकाहारी जेवण घ्यायचे.

आजच्या काळात अशा शांत जीवनाची केवळ कल्पना करणंही अवघड आहे. नवा आधुनिक काळ हा इतर अनेक गोष्टींबरोबर राग आणि त्वेष अशा भावना घेऊन आला आहे. शाळेत जाणारी लहान लहान मुलंदेखील चांगले गुण मिळाले नाहीत की आयुष्य संपवतात. बालगुन्हेगारीही वाढली आहे. जर निरागस अशा बालपणातही या गोष्टी घडताहेत, तर अशा काळात शांततापूर्ण समाजाची अपेक्षा करणंसुद्धा अवघड आहे. जगभरात ४० कोटी माणसं मानसिक

आजारांनी त्रस्त आहेत. एका चिनी संशोधनानुसार २००८ ते २०१० या काळात अत्यंत श्रीमंत कुटुंबांतलं आत्महत्यांचं प्रमाण २३.६ टक्क्यांनी वाढलं आहे. मद्यपानाची किंवा झोपेच्या गोळ्यांची वाढती गरज ऐहिक श्रीमंतीच्या आवरणाखालच्या खऱ्या आयुष्याचं चित्र दाखवते. खऱ्या आनंदाची एक साधीशी व्याख्या करायची असेल तर 'रात्रीची सुखाची झोप' एवढीच करता येईल. पैशामागे धावण्याची एकमेव वृत्ती माणसाला कशाकशापासून दूर करते? एक शांत झोप, योग्य पद्धतीने अन्नपचन, आरोग्य, कुटुंब, खेळ, संगीत, पुस्तकं आणि मित्र!

मला चिंता याची वाटते, की आजच्या काळात संघर्षाला सामोरं जाताना लोक चुकीचे मार्ग निवडत आहेत. एकवीस वर्षं वयाचा एक मुलगा ऑस्कर रॅमिंटो ऑस्टेया याला व्हाईटहाऊसजवळ मारण्यात आलं. त्याला हे सरकार नको म्हणून तो बराक ओबामांना मारायला आला होता म्हणे. एका कोरियन टीनएजरने आपल्या आईला मारलं आणि तिचा मृतदेह आठ महिने खोलीत लपवून ठेवला. का, तर त्याने चांगले मार्क मिळवावेत असं तिला वाटायचं. रोज रस्त्यावर आपल्याला जो राग, त्वेष दिसतो तो अतिशय अस्वस्थ करणारा आहे.

हा संघर्ष कमीत कमी व्हावा यासाठी सगळ्यांनीच प्रयत्न करायला हवेत. प्रेम, सहानुभूती, दया, धैर्य, हास्य अशा सकारात्मक गोष्टी आपल्या आयुष्यात आणायला हव्यात. राग, हव्यास, लोभ, मत्सर अशा नकारात्मक भावनांवरही काम करायला हवं. त्या कमी कशा होतील हे बघायला हवं. सगळ्या जगामध्ये 'देण्याची वृत्ती' निर्माण व्हायला हवी. कारण दुसऱ्यांना मदत करण्यानेच खरा आनंद प्राप्त होत असतो.

बंधुभाव निर्माण करण्यासाठी हे करा-

- शेजाऱ्यांशी मैत्री करा.

- वृक्षारोपण किंवा कचरा निर्मूलनाच्या उदात्त हेतूने एकत्र या. सगळ्यांना जमवा.

- मुलांना एकमेकांशी खेळण्याची संधी मिळेल असे समारंभ आखा.

- चालणाऱ्यांचा एक गट तयार करा.

- अवघड परिस्थितीत इतरांना मदत करता यावी यासाठी तयारी ठेवा.

- गावांना भेटी द्या.

- बागकामासाठी उत्सुक असलेल्यांचा गट तयार करा.

- इतरांचं कौतुक करा. एखाद्या थोर व्यक्तीच्या स्मरणार्थ कार्यक्रम होत असेल तर त्याला उपस्थित राहा.

- शेजाऱ्यांना त्यांच्या कामात मदत करा.

✿ ✿ ✿

तुमचा ॲक्शन-प्लॅन

एक्केचाळिसावा आठवडा

२९ सप्टेंबर ते ५ ऑक्टोबर

आसू आणि हसू... दोन्ही हवं!

'रडलं तरी चालतं!' रॉजर फेडरर या प्रसिद्ध टेनिसपटूचे हे शब्द आहेत. विंबल्डन ओपनमध्ये त्याचा जोरदार विजय झाला त्या वेळी त्याने हे वाक्य उच्चारलं होतं. हे वाक्य तो अर्थातच जाहीरपणे बोलला होता. समोरच त्याची बायको आणि त्याच्या जुळ्या मुलीही होत्या. हल्ली नोकरी करणाऱ्या स्त्री आणि पुरुषांसाठी अश्रू म्हणजे कमकुवतपणा दाखवणारी गोष्ट आहे. पण रेमंडच्या जाहिरातीत जो 'कम्प्लीट मॅन' बनून जगासमोर येतो, त्या फेडररचे हे उच्चार होते. यातून त्याने आपल्या स्वभावाची एक दुसरी, हळुवार बाजू दाखवली. शांत आणि कणखर अशा दोन बाजू. एखाद्या प्रौढ व्यक्तीच्या डोळ्यांत अश्रू असले तर त्याचा अर्थ असा होतो की या माणसाला मदतीची गरज आहे. त्याला आधार हवाय. यामुळे समाजात एक परस्पर विश्वासभावनाही व्यक्त होते. दुसऱ्याशी जोडून घेण्याची गरज प्रत्येकालाच असते. यामुळेच तर माणसामाणसांत बंध तयार होतात. याचा अर्थ ज्या माणसांना एकमेकांच्या सहवासात असताना रडू येतं ती माणसं आनंदाच्या काळात एकमेकांशी जास्त

चांगल्या पद्धतीने जोडली जातील.

चांगला समाज घडवायचा असेल तर त्यांच्यात आनंद आणि समाधान यांचं स्थान महत्त्वाचं आहे. हे तर आता शास्त्रीयदृष्ट्या सिद्ध झालं आहे, की आनंदी लोक हे दु:खी लोकांपेक्षा जास्त निरोगी असतात. याचं कारण त्यांच्या जीवशास्त्रीय जडणघडणीत दडलं आहे. संशोधकांच्या म्हणण्यानुसार-

- आनंद, समाधान, कृतज्ञतेची भावना जे लोक शब्दांमधून व्यक्त करतात त्यांचं आयुष्यमान दहा वर्षांनी वाढलेलं असतं.
- न्यूरोएंडोक्राइन इन्फ्लॅमेटरी आणि कार्डिओव्हस्क्युलर्सशी आनंदाचा खूपच जवळचा संबंध आहे. आनंदी असणं आणि दु:खी असणं यामुळे कॉर्टिसॉलच्या पातळीत ३२ टक्के फरक पडतो.
- प्लाझ्मा फायब्रिंगॉन पातळी ही तणावाच्या वेळी वाढते आणि आनंदाच्या वेळी घटते.
- हृदयगतीचा समतोल राखण्यासाठी आनंदी असणं आवश्यक.

आपल्याला आनंद कशामुळे होईल आणि दु:ख कशामुळे, याचं मूळ शोधणं खरोखरच अवघड असतं. खूप सारा पैसा, प्रतिष्ठा, आदर यामुळे आनंद मिळतो. कधी चॉकलेट मिळालं, एखादं गुलाबाचं फूल मिळालं तरी तेवढाच आनंद होतो. खरं तर दु:खी माणसांपेक्षा आनंदी माणसं जास्त निरोगी असतात असं म्हणतात. याचं मूळ कारण शोधलं पाहिजे.

युनिव्हर्सिटी कॉलेज ऑफ लंडनच्या 'डिपार्टमेंट ऑफ एपिडेमोलॉजी अँड पब्लिक हेल्थ' इथल्या संशोधकांना हेच शोधायचं होतं. त्यांना असं दिसलं, की आनंदी असल्यामुळे शरीरात जी जीवशास्त्रीय प्रक्रिया होते त्यात याचं मूळ आहे. यासाठी त्यांनी लंडनच्या २०० मध्यमवयीन नागरिकांचा नियमित अभ्यास केला. भावना आणि आनंद यांचा सहसंबंध शोधण्याचा प्रयत्न केला. हा प्रबंध 'नॅशनल अॅकेडमी ऑफ सायन्स'मध्ये प्रसिद्ध झाला आहे. मानस-जीवशास्त्रीय संबंध शोधण्याचा हा प्रयोग होता. त्यासाठी त्यांनी पंचेचाळीस ते पन्नास या वयोगटातल्या गोऱ्या युरोपियन लोकांना घेतलं. शास्त्रशुद्ध प्रयोगशाळेत शास्त्रशुद्ध स्ट्रेस टेस्ट घेतली. त्यांचे रक्तदाब तपासले, हृदयगती तपासली, कॉर्टिसॉलसाठी लाळेचे नमुने तपासले, (कॉर्टिसॉल हा एक स्ट्रेस हार्मोन आहे. हा विविध शारीरिक परिस्थितींवर परिणाम करतो.)

आनंदी करणाऱ्या गोष्टी समोर आल्या की प्लाझ्मा फायब्रिंगॉन पातळी घटते, ज्यामुळे कॉरोनरी हार्ट डिसीजचा धोकाही कमी होतो. बाल्टिमोर इथल्या स्कूल ऑफ मेडिसिनच्या युनिव्हर्सिटी ऑफ मेरीलँड इथल्या संशोधकांनी असा अभ्यास करून दाखवून दिलं, की हसण्यामुळे रक्तपेशींची कार्यक्षमता वाढते, त्या अधिक निरोगी होतात. एंडोथेलिम या पेशींवर परिणाम होऊन रक्तप्रवाह सुधारतो.

आध्यात्मिकता आणि आनंद यांचाही संबंध आहे. त्यांचा आरोग्यावर खूपच चांगला परिणाम होतो. 'द अमेरिकन ॲकेडमी ऑफ न्यूरॉलॉजी'ने या संबंधावर अभ्यास केला आहे. यामुळे अल्झायमरचा धोका कमी होतो असं सांगितलं आहे. आध्यात्मिकतेचा सरळ संबंध हा न्यूरोएंडोक्राइनशी आहे. यामुळे मेंदूला चालना मिळते. जी कुटुंबं एकत्र येऊन प्रार्थना करतात ती कायम एकत्र राहतात.

आनंदी राहण्याची, हसरं राहण्याची कारणं शोधून काढा. मजेत राहा. जेव्हा तुम्हाला वाटेल तेव्हा अश्रूंना वाट करून द्या. यामुळे तुमच्या शरीरातली विषद्रव्यं मोकळी होतील. आनंद आणि आरोग्य तुमच्या आयुष्यात नक्कीच येतील.

अश्रू आणि हास्य दोन्हींसाठी हे करा-

- आनंदी लोकांबरोबर वेळ घालवा.
- समारंभ-सोहळे अशा आनंदी प्रसंगांसाठी आवर्जून वेळ काढा.
- अशा कार्यक्रमांसाठी मित्रांना अवश्य बोलवा.
- विनोदी कार्यक्रम बघण्यासाठी वेळ काढा.
- भजन, सत्संग आणि आध्यात्मिक गोष्टींसाठी वेळ काढा.

तुमचा ॲक्शन-प्लॅन

बेचाळिसावा आठवडा

६ ते १२ ऑक्टोबर

उत्साही व्हा... ऊर्जादायी व्हा!

या विश्वाच्या मुळाशी ऊर्जा आहे. सकारात्मक ऊर्जेचा स्रोत जितका मोठा तितकी यशाची खात्री अधिक. स्रोतावरच विश्वाचं सर्व चलनवलन अवलंबून आहे. जेव्हा आपण थकतो तेव्हा आपल्याला काही करावंसं वाटत नाही. तेव्हा ऊर्जेची पातळी खालावलेली असते. जेव्हा आपल्या आसपास त्रास, राग, मालकी हक्क, हव्यास, लोभ, मत्सर, भीती अशा नकारात्मक भावना असतात, तेव्हा आपण आपल्या जगण्यातला वेग, क्षमता सर्व काही हरवून बसतो. या भावना जगण्यातली सगळी ऊर्जा आणि चैतन्य शोषून घेतात. निसर्गाने एकाच चैतन्यतत्त्वाने सृष्टीतल्या साऱ्या जीवांना बांधून ठेवलेलं आहे. तेच चैतन्यतत्त्व जगातील प्रत्येक जीवामध्ये आहे, ज्यामुळे ऊर्जा तयार होते आणि मानवी आयुष्य या विश्वात टिकून राहतं. त्यामुळेच तर दुसऱ्यांना इजा करून आपल्याला संपूर्ण आनंद मिळत नाही. यासाठीच जे जे नकारात्मक आहे ते काळजीपूर्वक आणि प्रयत्नपूर्वक टाळलं पाहिजे.

उत्साह ही एक प्रकारची स्फूर्ती असते. ती आपल्याला दैवी अनुभूती

देते. आशा आणि आत्मविश्वास या सकारात्मक भावनांच्याशिवाय आपण काहीच करू शकत नाही. सकारात्मक हेतूने केलेल्या कामाचे सकारात्मक निष्कर्ष मिळतात. आपला दृष्टिकोन कसा आहे यावर अनेक गोष्टी अवलंबून असतात.

आपला परिसर अधिकाधिक ऊर्जादायी करायचा असेल तर या गोष्टी नक्की करा-

– पसारा आवरा.

– जुनं फर्निचर, पडदे नियमित स्वच्छ करा. घरातून सुंदर सुगंध यायला हवा.

– सर्व खोल्यांमधून हवा आणि प्रकाश खेळला पाहिजे.

असाही एक सल्ला दिला जातो, की सर्वांनी मॅक्रो-बायोटिक प्रकारचा आहार घ्यायला पाहिजे. मॅक्रो म्हणजे मोठं, बायो म्हणजे जीव. या प्रकारच्या आहारात पूर्ण धान्यं आणि भाज्यांचा समावेश होतो. एक जपानी आर्मी डॉक्टर सेगन इशिकाझा यांनी ही आहारपद्धती विकसित केली आहे.

मानवी शरीरात २३,००० जीन्स असतात. त्यातून अब्जावधी पेशी बनतात. याशिवाय मानवेतर बॅक्टेरियांचं प्रमाणही भरपूर असतं. शास्त्रज्ञांनी असंही शोधलं आहे, की मायक्रोबायोम्स तयार होण्यासाठी आपल्या शरीरात तीन दशलक्ष अमानवीय पेशींमध्ये अब्जावधी जिवाणू असतात. प्राचीन अशा आयुर्वेदानेदेखील सांगितलं आहे, की केवळ आपल्या पचनाकडे नीट लक्ष दिलं की संपूर्ण शरीर निरोगी राहतं. त्यामुळे हलकं अन्न खा. रोज ताजं ताक प्या. आपलं आरोग्य सुधारणारे मायक्रोबायोम्स यामुळेच निर्माण होतात आणि ते आपली प्रकृती ठणठणीत ठेवतात.

ऊर्जामय राहण्यासाठी हे करा–

- स्वतःला लाडकं मूल समजा आणि त्या पद्धतीने स्वतःची काळजी घ्या. आपण स्वतःला प्रिय असलोच पाहिजे.

- उच्च प्रतीची ऊर्जा देणारं अन्न खा. आपल्या पचनसंस्थेला कार्यक्षम ठेवण्यासाठी भरपूर पेयं प्या.

- तुमचं तोंड उघडा ते फक्त प्रेमळ आणि चांगले शब्द उच्चारण्यासाठीच किंवा सकस आहार खाण्यासाठीच.

- योग्य विश्रांती घ्या. शांत झोप घ्या.

- आपल्या अस्वस्थ करणारे विचार मनात येत असतील तर ते कागदावर मांडा. तो कागद नंतर फाडून टाका.

तुमचा ॲक्शन-प्लॅन

त्रेचाळिसावा आठवडा

१३ ते १९ ऑक्टोबर

हिरव्या हातांची किमया

जवळपास बारा वर्षांपूर्वी मी एका गावाला गेले होते. तेव्हा तिथे मी नारळाची काही रोपं लावली होती. त्याच झाडाच्या शहाळ्यामधल्या गोड, गार पाण्याची चव घेण्यात एक वेगळंच सुख होतं. या एका गोष्टीमुळे मी वेगळाच विचार करायला लागले. आपण प्रत्येकानेच जर दरवर्षी बारा रोपं लावली तर असंच सुख प्रत्येकाला अनुभवायला मिळेल.

जर आपल्या घराच्या आसपास छान रोपं/झाडं असतील, पक्ष्यांसाठी पाणी ठेवलेलं असेल, तर ही जागा थंडगार आणि सुंदर होईल. इथे फुलपाखरं भिरभिरतील, पक्षी येतील. सजीव सृष्टी कशी वाढते, फुलते, बहरते हे बघण्यातला आनंद आपल्याला आणि मुलांना श्वासाइतक्याच सहजतेने मिळेल.

आपली आई आपली पृथ्वी हिच्याविषयी प्रत्येकाची एक जबाबदारी आहे. हा एक जीवन सुंदर करणारा उपक्रम आहे. इंटरनेट आणि फोनचा वापर आयुष्य सकारात्मकतेने बदलण्यासाठी करू या.

आपण जे काही बोलतो, जे काही करतो त्याची दोन प्रकारे वर्गवारी करता येते. एक, जीवन सुंदर करणाऱ्या गोष्टी आणि दुसऱ्या, जीवन बरबाद करणाऱ्या गोष्टी. त्यामुळे चांगल्या गोष्टी करू या. स्वत: करू या. खुर्चीवर बसून असणारे पर्यावरणवादी आपल्याला नको आहेत.

स्वत:च्या अन्नापैकी काही एक भाग स्वत: निर्माण करा. मग ती एखाद्या कुंडीत लावलेली कोथिंबीर असो, लक्ष्मीमातेला वंदन करण्यासाठी लावलेली तुळस असो. ती सर्दीसाठीही उपयुक्त असते. रोपं लावू या आणि त्यांची काळजी घेऊ या. खरेदी करण्यासाठी कापडी पिशवी वापरू या. दाढी करताना नळ बंद करू या. आठवड्याला १०० गॅलन पाणी यामुळे वाचेल. दात घासताना पाणी बंद करा. मिनिटाला ४ गॅलन पाणी वाचवा. चारजणांच्या कुटुंबात एक आठवड्याला २०० गॅलन पाणी वाचेल.

ओल्या कचऱ्याचं एक युनिट घरात बसवा. ही एक मोठी झाकण असलेली बादली असते. याची रचना अतिशय व्यवस्थित असते. यात आधी वाळू घालायची, ओला कचरा घालायचा. चार महिन्यांत याचं सुंदर खतात रूपांतर होतं. जर वाळू जास्त घातली, शिवाय गांडुळं घातलीत तर हीच प्रक्रिया अजून लवकर होईल. रोपांना असं नैसर्गिक खत फार मानवतं. यासाठी इमारतीच्या गच्चीतला एखादा कोपराही पुरेल. त्यावर रोपं छान फोफावतात.

जर्मनीतल्या मुन्स्टर इथे नागरिकांना अशा पद्धतीने बाग तयार करण्यासाठी जागा भाड्याने मिळते. हे लोक त्यांच्या ऑफिसेसच्या जवळ छोट्या फ्लॅट्समध्ये राहतात आणि बागेची आवड जोपासण्यासाठी लांब बागेत जातात. अशा बागा फारच सुंदर जोपासलेल्या आहेत. आपल्या मनपा अधिकाऱ्यांनीही याचा विचार करायला हवा.

घरातली शोभिवंत झाडं ही घर सजवायला वापरली जातात. ती फार सुंदर दिसतात. यामुळे घरातलं वातावरण सुधारतं. कार्बन-डाय-ऑक्साइडचं प्रमाण कमी होतं, ताजा ऑक्सिजन मिळतो. यामुळे तणाव कमी होतो. घरात लावण्यासाठी जी झाडं फायदेशीर ठरतील त्यांची शास्त्रीय नावंही खाली दिली आहेत.

कोरफड (Aloe barbadensis)

इंग्लिश आयव्ही (Hedera helix)

रबर (Ficuselastica)

स्पायडर प्लॅन्ट (Clorophytumcomosum)

पीस लिली (Spathiphyllum)

स्नेक प्लॅन्ट (Sansecvieriatrifasciata)

बाम्बू पाम (Chamaedoreaseifrizii)

फिलॉन्डेन्ड्रॉन (Philondedron selloum)

रेड-एज्ड ड्रसेन (Dracaena marginata)

गोल्डन पथोस (Epipremnumpinnatum)

आपण जिथे काम करतो ती ऑफिसेस बऱ्यापैकी रूक्ष असतात. तिथे रोपं लावली तर वातावरण प्रसन्न होईल यात शंकाच नाही. तिथल्या हवेची प्रत सुधारेल. कर्मचाऱ्यांना काम करायला ऊर्जा वाटेल. रोपांमुळे खोलीचं तापमान योग्य प्रमाणात राहतं.

हिरवाई उगवण्यासाठी हे करा-

- घराच्या रस्त्यावर फुलझाडं लावा. तो रस्ता प्रसन्न वाटेल.

- ओळखीच्यांना व मुलांच्या शाळेतही लावण्यासाठी बियांची भेट द्या.

- रोपं भेट द्या. स्थानिक बागेतही आपण रोपं भेट देऊ शकतो.

- कडुलिंब, नारळ, शेवगा, लिंबू आणि पेरू ही लवकर वाढणारी, फळं देणारी झाडं आहेत. त्यांची रोपं भेट द्या.

या कामात शेजाऱ्यांची, इमारतीतल्या सर्वांची मदत घ्या आणि परिसर सुंदर आणि हिरवा करा. विचार करा, जर आपणच आपला रस्ता स्वच्छ आणि सुंदर ठेवण्याची जबाबदारी उचलली तर? आपल्या घरातल्या प्रसाधनांची जबाबदारी आपण नाही का घेत? यामुळे एक होईल–

फक्त छायाचित्रं घ्या– बाकी काही नको!

फक्त काळाला शह द्या– बाकी काही नको!

फक्त पाऊलखुणा सोडून जा– बाकी काही नको!

तुमचा ॲक्शन-प्लॅन

चव्वेचाळिसावा आठवडा

२० ते २६ ऑक्टोबर

शिकता येतं... विजेत्यांकडून आणि पराजितांकडूनही

कालचक्र आपल्याला शिकवतं, की जिंकणं आणि हरणं हा चक्राचाच एक भाग आहे. काहीही स्थिर नसतं. काळाच्या हातात कधी यश आहे, तर कधी अपयश. दोन्ही आपल्याला काही शिकवत असतात, अर्थात समजून घेतलं तर! अपयश आपल्याला अधिक ज्ञान मिळवण्यासाठी झगडायला, स्वतःला सुधारायलाच शिकवत असतं. त्यामुळे आपण अधिकच कनवाळू होतो.

एका प्राचीन दंतकथेनुसार झ्यूस या देवतेचा मुलगा हर्क्युलस याने ऑलिंपिक खेळांची सुरुवात केली. या खेळांची सुरुवात ख्रिस्तपूर्व ७७६ मध्ये झाली अशी लिखित नोंद आहे. कोरोबस (एलिसमधील एक आचारी) याने १९२ मीटर्स धावल्याबद्दल पारितोषिक मिळवलं. त्यावेळी ऑलिंपीकमध्ये फक्त धावण्याच्या शर्यती होत. त्यानंतर पंधराशे वर्षांनी एक फ्रेंच पिअर दे काऊबर्टिन याने १८९२ मध्ये अथेन्समध्ये ऑलिंपिक्सची सुरुवात केली. १९०० मध्ये

भारताने या स्पर्धेत प्रथमच भाग घेतला. नॉर्मन प्रित्चर्ड याने दोन रौप्यपदकं जिंकली. त्यानंतर आजपर्यंत ११२ वर्षांनंतर भारतीय खेळाडूंनी २२ पदकं जिंकली आहेत, तीदेखील बहुतांशी हॉकीत. एक भारतीय म्हणून मला वाटतं, की या स्पर्धेत भाग घेणं हे (हरण्या-जिंकण्यापेक्षाही जास्त) तितकंच महत्त्वाचं आहे. या स्पर्धेत भाग घेता यावा म्हणून स्पर्धक शरीर आणि मनाची जी मशागत करतात तीही महत्त्वाचीच आहे. यश आणि अपयश यांच्याकडे बघण्याचा एक दृष्टिकोनही अशा स्पर्धेतूनच तयार होतो. रुडयार्ड किपलिंग म्हणतो, 'यश आणि अपयश या दोन्हींकडे समदृष्टीनेच पाहा.' ऑलिंपिक किंवा अशाच इतर स्पर्धांतून आपण आशाही बाळगायला शिकतो आणि निराशाही झेलायला शिकतो. जिंकलो काय किंवा हरलो काय, आपण कसं खेळतो हे जास्त महत्त्वाचं आहे. अर्थात ऑलिंपिक्समध्ये खूपच अटीतटीची स्पर्धा असते. त्यात कायम जीतच झाली. आणि कोणी हरलंच नाही तर बघण्यात काय मजा आहे, असंही काहीजण म्हणतात.

पण मला वाटतं, आता विचार करण्याची नव्हे, सोन्याची पदकं मिळवण्याची वेळ आली आहे. आपल्या १.२ अब्ज लोकसंख्येतून बहुसंख्य पदकं आपण मिळवली पाहिजेत. मुलांमधली शरीरविषयक बुद्धिमत्ता लहानपणापासून शोधली पाहिजे, तिला खतपाणी घातलं पाहिजे. जिंकण्याची वृत्ती त्यांच्यात निर्माण केली पाहिजे. पालक आणि शिक्षकांनी अशा मुलांना प्रोत्साहित केलं पाहिजे. 'खेळ बंद करा, आता अभ्यासाला लागा' या मानसिकतेतून बाहेर आलं पाहिजे. अधिकाऱ्यांनी शांतीसारख्या खेळाडूंना प्रोत्साहन दिलं पाहिजे. ही खेळाडू उदरनिर्वाहासाठी वीटभट्टीवर काम करते. त्यांना असं काम करायची वेळ येता कामा नये यासाठी तत्पर असलं पाहिजे. खूप निराशा झेलली. त्यातून खूप काही शिकलोही. आता मात्र भारतीय संघाने सोन्याच्या पदकांसाठीच तिथे जायला हवं.

यश-अपयशाला दिमाखात सामोरं जाण्यासाठी हे करा-

- सर्व प्रकारचं यश हे कुटुंबीय आणि मित्रांसह जोरदार साजरं करा.

- आयुष्यातल्या एखाद्या अपयशातून काय शिकलात याचे जवळच्या मित्रांकडून धडे घ्या.

- आपल्या ध्येयापर्यंत जाण्यासाठी तज्ज्ञांची मदत घ्या. खूप मेहनत करा.

- जेव्हा एखाद्या गोष्टीत यश मिळतं तेव्हा मनात काय भावना येतात ते लिहून ठेवा. ज्या वेळी अपयशाला सामोरं जाण्याची वेळ येईल तेव्हा ते वाचा.

- लक्षात ठेवा, कोणतीही गोष्ट कायमस्वरूपी टिकत नसते... यशही नाही आणि अपयशही नाही.

❀ ❀ ❀

तुमचा ॲक्शन-प्लॅन

पंचेचाळिसावा आठवडा

२७ ऑक्टोबर ते २ नोव्हेंबर

बदलाला सामोरे जा

या जगात कायम राहणारी एकच गोष्ट आहे, ती म्हणजे बदल. ही एकच गोष्ट चिरंतन आहे. तसं तर दर वर्षीच आपल्या आसपासचं जग थोडं थोडं बदलत असतं. ते बदललं की आपल्यातही बदल होतो. या वर्षीही काही बदल होतील. मात्र, आपोआप बदल व्हायची वाट बघत बसू नका. त्याऐवजी खालील काही बाबतींत तुम्ही स्वत: पुढाकार घेऊन बदल घडवून आणा–

– वैयक्तिक

– कौटुंबिक

– व्यावसायिक

– सामाजिक

वैयक्तिक– आपल्यातली कौशल्यं वाढवणारी, स्वत:ला अधिकाधिक सक्षम करणार ध्येय ठरवा. वेळ नसल्यामुळे काही गोष्टी आवडत असूनही तुम्ही मागे ठेवल्या होत्या त्या आठवा.

त्यासाठी या वर्षी वेळ काढायचं ठरवा. गिटार वाजवायला आवडतं ना? मग ती शिका. बॉलिवुड डान्स आवडतो? लगेच नाव नोंदवा. एखादा विषय शिकायचाय व त्यात दूरशिक्षण घेण्याची सुविधा असेल, तर लगेच प्रवेश घ्या.

कौटुंबिक- तुमच्या घरातल्या लोकांना विचारा. त्यांना हवा तो बदल करा. कॉर्पोरेटमध्ये काम करत असाल तरी स्पर्धेत सहभागी न होता घरच्यांसाठी वेळ काढाच.

व्यावसायिक- आपल्या टीममधल्या लोकांना विचारून काही योजना ठरवा. सर्वांनी सकाळी काही मिनिटं भेटायचं. आपापली कामं समजून घ्यायची. कामाला लागायचं. यामुळे कोणावरच ताण येणार नाही.

सामाजिक- फेसबुकवर तुमच्या कुटुंबाचं एक पेज तयार करा. सगळ्यांशी संपर्कात राहा. आपले फोटो टाका. आपण काय करतोय हे त्यांना कळू द्या. त्यांनाही समाविष्ट करून घ्या. एकत्र भेटीगाठी, जेवण असे कार्यक्रम ठरवा.

गोष्टी बदलत राहणारच, पण त्या तुम्हाला हव्या त्या पद्धतीने बदलायला हव्यात.

'लवकर बदला' असं ओरडून-रडून सांगणारा जीव म्हणजे तान्हं बाळ. कपडे ओले झाले की त्याला तत्काळ बदल हवा असतो. फक्त कपडे बदलले की त्याचं काम

बदल घडवायचा असेल तर हे करा-

- बदल करण्याची गरज आहे हे आधी लक्षात घ्या. जागतिकीकरणाच्या युगात सतत तंत्रज्ञान बदलतंय, नवे शोध लागताहेत. नव्या पिढीबरोबर जुळवून घेताना आपण मागे राहून चालणार नाही. त्यामुळे बदल आवश्यक असतो.

- ऑफीसमध्ये सर्व सहकाऱ्यांशी संवाद साधत राहा. त्यांनाही बदल करण्याची गरज समजावून सांगा. त्यांना बरोबर घ्या पण जबरदस्ती करू नका.

- चर्चेसाठी पुरेसा वेळ काढा. सूचना करा आणि सूचना स्वीकारायची, विरोधाची तयारी ठेवा. कौशल्यं वाढवल्याबद्दल सहकाऱ्यांना योग्य बक्षीस द्या.

- बदल घडवून आणणारे पुढारी व्हा. कसंबसं ढकलत

जाणाऱ्यांपैकी तुम्ही नाही हे इतरांना आणि स्वत:लाही दाखवून द्या. आपलं भविष्य स्वत:च घडवण्याच्या योजना आखा.

- या प्रक्रियेत सर्वांना सामील करून घ्या. तुमच्या टीमला असा विश्वास वाटला पाहिजे, की हे बदल केल्याने सर्वांचा नक्कीच फायदा होईल, आपल्या मेहनतीचं फळ नक्की मिळेल. जर काही नकारात्मकता असेल तर ती पुसून काढण्यासाठी प्रत्येकजण प्रयत्न करेल.

- जागतिकीकरणाच्या काळात यशप्राप्तीसाठी सगळेच जास्त जोमात धडपड करतात. आपण नक्कीच मागे राहायचं नाही.

भागतं. आपलं असं नाही. आपल्याला काय हवंय हे आधी ठरवावं लागतं. इतरांचाही त्यात सहभाग हवा असतो. जपानी लोकांबद्दल असं म्हणतात, की त्यांनी जीवनाच्या प्रत्येक गोष्टीत गुणात्मक बदल आणला. एखाद्या जपानी व्यक्तीला एखादी गाय कुरणात चरताना दिसली. ती मस्त रवंथ करत असेल, हळूहळू प्रत्येक घास चावत असेल तर त्यांच्या मनात विचार येईल, की चाललंय हे चांगलंच आहे, पण हीच प्रक्रिया अजून चांगल्या पद्धतीने आणि अजून वेगात कशी करता येईल? म्हणून भविष्य आपल्या अंगावर आदळायच्या आत त्याचा विचार करा. नव्या वाटा शोधून ठेवा. भविष्यात तंत्रज्ञानात, सामाजिकतेत, आर्थिकदृष्ट्या बदल होणार आहेत हे नक्की. एखादी लाट आली आणि त्या लाटेबरोबर पुढे जाता आलं नाही तर आपलं नुकसान होतं, म्हणून लाटेचा अंदाज आला पाहिजे. तेच खरं आव्हान आहे. एकदा तुम्ही या पद्धतीने विचार करायला शिकलात की नवीन, अनोळखी परिस्थितीबद्दलची भीती निघून जाईल, नवे रस्ते शोधण्याची क्षमता वाढेल.

प्रत्येक गोष्ट बदलते. प्राचीन काळी बुद्धांनी सांगितलंच आहे– अशाश्वतता हाच जीवनाचा खरा मार्ग आहे.

❀ ❀ ❀

तुमचा ॲक्शन-प्लॅन

सेहेचाळिसावा आठवडा

३ ते ९ नोव्हेंबर

चिडका चेहरा? फुली मारा!

एरंडेल तेल प्यायल्यासारखा चेहरा, असं म्हटलं की कसा चेहरा डोळ्यांसमोर येतो? वैतागलेला, त्रस्त, सगळ्या जगावर चिडलेला चेहरा. सकाळी उठतानाही काही चेहरे इतके वाईट असतात, की आजच्या दिवसात काहीही चांगलं घडणार नाही हे त्यांच्या चेहऱ्यावरून स्पष्ट जाणवतं.

तुम्ही जेव्हा सकाळी उठाल तेव्हा चेहरा काळजीपूर्वक आणि स्वच्छ धुवा- जणू काही चेहरा ही एक अतिशय मौल्यवान चीज आहे. आरशात स्वत:चा चेहरा बघा. एक छानसं स्मितहास्य करा- स्वत:शीच. कालच्या दिवशी अतिशय चांगल्या पद्धतीने काम केल्याबद्दल, योग्य पद्धतीने हाताळल्याबद्दल स्वत:चंच कौतुक करा.

हार्वर्डचे प्राध्यापक डॅनिएल गिल्बर्ट यांनी 'स्टम्बलिंग ऑन हॅपिनेस' हे पुस्तक लिहिलं आहे. त्यांनी हसण्यामागचं विज्ञान उलगडून दाखवलं आहे. ते म्हणतात-

- निरोगी व्यक्ती आनंदी असतात.

- धार्मिक कार्यात सहभागी होणारे लोक आनंदी असतात.

- आर्थिकदृष्ट्या स्थैर्य असलेले लोक आनंदी असतात.

- ज्या जोडीदारांचं एकमेकांवर खूप प्रेम आहेत ते लोक इतरांपेक्षा जास्त आनंदी असतात.

इथे ते म्हणतात, की 'नवीन घर घेतल्यामुळे किंवा आयुष्यात नवा जोडीदार आल्यामुळेही आनंद वाढतो; पण तो टिकणारा असेलच असं काही सांगता येत नाही.' त्यांचा हा इशाराच आहे.

नोकरी गेल्यामुळे माणसं दुःखी होतात किंवा दुःखद घटना घडली तर आपण दुःखी होतो; पण ते तात्पुरतं असतं. लवकरच आपल्याला काळ्या ढगाला असलेली रूपेरी कडा दिसून येते आणि आपण सावरतो. आता ही परिस्थिती कशी बदलेल याचा विचार करायला सुरुवात करतो. मोरिसी बिकहॅम हे युनायटेड स्टेट्सच्या आर्मीत होते. तीस वर्षं तुरुंगात काढल्यावर ते सुटले. सुटकेच्या दिवशी ते म्हणाले, ''मला एक मिनिटभरासाठीही पश्चात्ताप झालेला नाही. हा एक खूपच सुंदर अनुभव होता.''

पीट बेस्ट हे बीटल्समधले मूळचे वादक. ते बीटल्समधून बाहेर आले आणि त्यानंतर लगेचच हा ग्रुप नावारूपाला आला. याबद्दल ते म्हणतात, ''मी बीटल्समध्ये होतो त्याहूनही आता जास्त समाधानी आहे.'' म्हणजेच काय, तर आपला एकेक मिनिट महत्त्वाचा आहे. ते प्रत्येक मिनिट आनंदात घालवायला हवं. जे घडणार असतं ते घडतंच; पण म्हणून रोजच्या आयुष्यातली गंमत कधीच गमवायची नाही.

आपलं हास्य कायम असावं म्हणून हे करा–

- संघर्ष टाळा.

- इतरांकडून फार अपेक्षा करू नका.

- सहजपणे दुसऱ्यांशी चांगलं वागा, प्रेमाने वागा.

- छोट्या छोट्या आणि साध्या साध्या गोष्टींत आनंद माना.

- लोकांना मदत करा. ते कोण आहेत याचा विचार करू नका. अशा छोट्या छोट्या गोष्टींनीच तुमच्या आयुष्यातलं समाधान वाढतं हे लक्षात घ्या.

- आपल्या आसपासच्या माणसांबद्दल उगाच गैरसमज निर्माण करून घेऊ नका.

- आपलं मन नैराश्याकडे खोल खोल जातंय असं वाटत असेल तर त्याला वेळीच रोखा. माणूस म्हणून आपली प्रगती झाली पाहिजे आणि ते फक्त आपल्याच हातात आहे हे लक्षात घ्या. आपल्याकडे काय आहे याकडे नीट बघा. इतर दुर्दैवी माणसांकडे कदाचित ते नसेलही. त्यामुळे आपल्याकडे जे आहे त्याबद्दल समाधानी असा, कृतज्ञ असा.

- राग, निराशा, दुःख अशा गोष्टी हृदयाशी कवटाळून ठेवायच्या नसतात.

- ज्या गोष्टी तुम्ही अजिबात बदलू शकत नाही त्याबद्दल विचार करणं सोडून द्या.

- भूतकाळात रेंगाळत राहू नका. छान वर्तमानकाळ आपल्या हातात आहे हे लक्षात घ्या आणि भविष्यकाळाकडे वाटचाल करा. कुठल्याही काळजीने मन झाकोळून टाकू नका. आपली समतोल वृत्ती ढासळू देऊ नका.

- अतिसंवेदनशील होऊ नका. अगदी छोट्या आणि बिनमहत्त्वाच्या गोष्टी तुम्हाला त्रास देत असतील, तर त्याहून मोठ्या आणि अधिक वाईट गोष्टी घडतील तेव्हा तुम्ही काय कराल? जेव्हा एखादी वाईट गोष्ट घडेल तेव्हा मनाला असं

सांगा, की यापेक्षा वाईटही घडू शकतं.

- हताश वाटत असेल तेव्हा जिममध्ये जा. तुमच्या आवडत्या गाण्यावर आरशासमोर भरपूर नाचा. मनातून मोकळे व्हाल.

- स्वत:साठी सुंदर, सुगंधी फुलं घ्या.

- स्वत:साठी छान पदार्थ तयार करा. तुमच्या लहानपणी भूक लागल्यावर आई तुम्हाला काय करून द्यायची तो पदार्थ स्वत:साठी करा.

- सरळ पलंगावर पाय पसरून मोकळे बसा. टीव्हीवर मस्त कार्यक्रम बघा.

- प्रत्येक दिवशी कोणती ना कोणती नवी गोष्ट करा.

- हसत राहा. वाईट मूडमध्ये फार काळ राहणं तसंही शक्य नसतं. हसणं हे संसर्गजन्य असतं, हे आपल्याला माहितीच आहे.

- तुम्ही सहजपणे गृहीत धरता अशा गोष्टींची यादी करा.

- तुमचा आजचा संपूर्ण दिवस कसा जाणार आहे हे जरा डोळ्यांसमोर आणा. आज कोणकोणती कामं पूर्ण करायची त्याची यादी करा. ते झाल्यावर तुम्हाला 'स्वत:चा वेळ' कधी मिळणार आहे हे बघा. उद्याच्या दिवसात काय करायचं आहे याच्यासुद्धा काही कल्पना लिहून ठेवा.

- आपल्याला ज्यांच्या सहवासात छान वाटतं त्यांच्याबरोबर राहा.

- जी समस्या असेल ती स्वीकारा आणि आपल्या कृत्यांची स्वत: जबाबदारी घ्या.

- जेव्हा तुमची कामं होतील तेव्हा जॉगिंग पार्कमध्ये चालायला किंवा धावायला जा. धावल्यामुळे एंडॉर्फिन हे रसायन रक्तात मिसळलं जातं. त्यामुळे तुम्हाला छान वाटतं. व्यायाम केल्यावर बरं वाटतं. एका शास्त्रीय संशोधनानुसार दहापैकी

आठ स्त्रियांनी सांगितलं, की धावल्यावर आम्हाला अतिशय छान वाटतं.

- आवडती गाणी ऐका. ज्या गाण्यांमुळे तुम्हाला समाधानी वाटेल, उत्साह येईल अशी गाणी ऐका.

❀ ❀ ❀

तुमचा ॲक्शन-प्लॅन

सत्तेचाळिसावा आठवडा

१० ते १६ नोव्हेंबर

नैराश्यावर मात करा

नैराश्य ही अशी एक भावना आहे, की ही कधी कधी काही क्षणांपुरती मनात येऊन बसते; पण ती जर मनातून गेली नाही तर आयुष्य अवघड होऊन बसतं. ज्याला निराशा ग्रासते त्याचा मूड फार वाईट असतो. रोजची कामं करण्यातही त्यांना रस वाटत नाही. त्यांच्या अवतीभोवती छान गोष्टी चालल्या असतील तरी त्यांना त्याचाही कंटाळा येतो. 'मला कशामुळेही बरं वाटत नाही' हेच त्यांच्या मनाने घेतलेलं असतं. 'मला कधीच सकाळी उठावंसं वाटत नाही. केस नीट करावेसे वाटत नाहीत. अंघोळ करणं म्हणजे तर एक मोठी कंटाळवाणी कामगिरीच वाटते मला.' निराशावादी माणसं असंच काहीबाही बोलत असतात. निराशा हा एक प्रकारचा मानसिक आजार आहे. यामुळे एखाद्याच्या संपूर्ण आयुष्यावर दुष्परिणाम होतो. अशा माणसाचे नातेसंबंध बिघडण्याची शक्यता असते. म्हणूनच हा आजार अतिशय हळुवारपणे आणि तितक्याच संवेदनशीलतेने दूर करावा लागतो.

निराशेमुळे तुमच्यातली सगळी ऊर्जा, मनातल्या आशा, सगळं

काही संपून जातं. चांगलं वाटण्यासाठी नेमकं काय करायला हवं हेच सुचेनासं होतं. निराशेवर मात करणं ही काही झटपट होणारी गोष्ट नव्हे. याला वेळ लागतो. कधी कधी वैद्यकीय मदत घ्यावी लागते. निराशा येऊच नये म्हणून, किंवा कधी तात्पुरत्या स्वरूपात निराश वाटलं तरी लगेच त्यातून बाहेर यावं म्हणून रोज छोट्या छान गोष्टी करायला हव्यात.

छोट्या गोष्टींपासून सुरुवात करा. लक्ष्य ठरवा. उठा. छान कपडे घाला. बागेत एक चक्कर मारून या. प्रिय व्यक्तींना फोन करा. एकेका दिवशी एकेक काम ठरवून पूर्ण करा. काम संपवल्यावर स्वत:ला बक्षीस द्या.

आपली नाती जपा. नाती फुलवण्याचा प्रयत्न करा. आपल्या त्यांच्याविषयीच्या भावना व्यक्त करा. प्रत्यक्ष वेळ मिळाला नाही तर फोनवर एकमेकांच्या संपर्कात राहा. काही असलं तरी संपर्कात राहा. जेव्हा तुम्हाला निराश वाटत असेल, काही करावंसं वाटत नसेल तेव्हाही भेटा. तुमच्या लक्षात येईल, की कोणाला तरी भेटून तुमची निराशा बरीच कमी झाली आहे. एखादा आधारगट असेल तर त्यात सामील व्हा. आपल्यासारखेच अनुभव ज्यांना आले आहेत अशा इतर व्यक्तींना भेटा. त्यांच्या आयुष्यातल्या घटना ऐका.

व्यायाम केल्यामुळे नैराश्य कसं जातं यावर संशोधकांना अजूनही पुरेसं समजलेलं नाही; परंतु असं दिसलं आहे, की ज्या वेळेस नियमित शारीरिक हालचाली केल्या जातात त्या वेळी मेंदूतल्या पेशींमध्ये काही बदल दिसतो. हा बदल उपकारक ठरतो. यामुळे न्यूरोट्रान्समीटर्स आणि एंडॉर्फिन्समुळे गेलेला मूड परत येतो, ताण हलका होतो, आखडलेले स्नायू मोकळे होतात. या सर्वांचा मिळून परिणाम होतो आणि त्यामुळे नैराश्यावर मात करता येते.

असे काही फायदे मिळवण्यासाठी रोज तीस मिनिटं नियमित व्यायाम केला पहिजे. याशिवाय

- लिफ्टऐवजी कायम जिन्याचा वापर करा.
- तुम्हाला जिथे जायचं आहे तिथपासून तुमची गाडी लांब ठेवा व थोडं अंतर चालत जा.
- तुमच्याकडे कुत्रा असेल तर त्याला फिरवायला तुम्हीच जा.
- व्यायामासाठी किंवा चालायला जाण्यासाठी मित्र शोधा.
- जेव्हा फोनवर बोलत असाल तेव्हा चाला.

- सकस, मूड आनंदी ठेवणारं अन्न खा.
- खाण्याच्या वेळा टाळू नका. वेळेवर खा.
- साखर आणि रिफाइन्ड पदार्थ कमीत कमी घ्या.

प्रत्येक वेळच्या आहारात धान्यं-कडधान्यं-भाज्या असा संतुलित आहार असेल असं बघा. सेरोटोनिनची पातळी वाढवण्यासाठी बेक केलेले बटाटे, गव्हाचे पदार्थ, हातसडीचा तांदूळ, ओटमिल, अनेक धान्यांपासून बनवलेला ब्रेड, केळी यांचा उपयोग होतो.

आहारातून ब जीवनसत्त्व मिळतंय ना हेही बघा. ब जीवनसत्त्व/फॉलिक ॲसिड, ब-१२ यामुळे नैराश्य दूर जातं. हवं तर ब जीवनसत्त्वाच्या गोळ्यांनी कमतरता भरून काढता येईल. आंबट-गोड फळं, हिरव्या पालेभाज्या, शेंगभाज्या, चिकन, अंडी यातूनही हे जीवनसत्त्व मिळवता येतं.

नैराश्यावरच्या काही संशोधनांतून क्रोमियम पिकोलिनेट घेतल्यामुळे मूड सुधारतो असे दिसून आलं आहे. विशेषत: नैराश्यात जे जास्त खातात आणि खूप जास्त झोपतात त्यांनी क्रोमियम पिकोलिनेटसाठी पूरक औषधं घ्यायला हवीत.

मूड स्थिर ठेवण्यासाठी ओमेगा-३ हे फॅटी ॲसिड घ्यायला हवं. अशा उपायांनी फार काही फायदा होत नसेल, निराशा फारच बळावत असेल तर मात्र वैद्यकीय मदत घ्यायला हवी.

तुम्हाला निराशेने ग्रासलं आहे हे लक्षात घ्या आणि त्याप्रमाणे उपचार घ्या.

- निराशेने मन झाकोळतंय हे लक्षात आल्या आल्या आधी कामाला लागा. निराशेला हातपाय पसरूच देऊ नका. स्वत:शी छान शब्दांत बोला. काही तरी उत्साहवर्धक करा म्हणजे निराशा फार पसरणार नाही. स्वत:वरच केलेलं हे फर्स्ट-एड कायम कामी येतं.
- ध्यान करा आणि भरकटलेल्या विचारांना ताळ्यावर आणा.

नकारात्मक विचारांना स्वत:च आव्हान द्या. नकारात्मक विचार करणाऱ्या लोकांबरोबर राहू नका. दर वेळी सर्व काही 'परफेक्ट' असेल असं नाही. स्वत:ला थोडी सवलत द्या. जे परफेक्शनिस्ट असतात त्यांच्या मनात निराशा पटकन शिरते. अशा लोकांना सर्व काही उच्च प्रतीचं हवं असतं. ते नसलं की यांची चिडचिड होते. मनासारखं झालं नाही की ते स्वत:लाच दोष देतात.

नैराश्यावर मात करण्यासाठी हे करा-

- मनात नकारात्मक विचार आले की ते लिहून काढा. ते कधी येतात हे तपासा.

- आठ तासांची झोप मिळालीच पाहिजे हे नक्की ठरवा.

- ताण-तणावांकडे लक्ष द्या. ते आधीच टाळा.

- स्वतःला 'रिलॅक्स' करणारी तंत्रं शिकून घ्या.

- प्राणी पाळा व त्यांची काळजी घ्या.

- ज्या गोष्टी केल्याने आपल्याला छान वाटेल त्या करा.

✿ ✿ ✿

तुमचा ॲक्शन-प्लॅन

अठ्ठेचाळिसावा आठवडा

१७ ते २३ नोव्हेंबर

असमाधानात जगू नका

एक फ्रेंच स्टॉकब्रोकर पॉल गॉगिनने घेतलेला एक निर्णय. आकडे आणि रुपये-पैशांच्या जगात रमलेला हा माणूस एक दिवस अचानक सगळं सोडतो आणि प्रसिद्ध चित्रकार होतो. त्यात प्रसिद्धी मिळवतो. पोस्ट-इम्प्रेशनिस्ट काळातला हा असा चित्रकार, ज्याचा प्रभाव पाब्लो पिकासो आणि हेन्री मॅटिझ यांच्यावर पडला होता. चांगलं चाललेलं करियर मध्यावर सोडून देऊन त्याने एकदम आपली स्वप्नं पूर्ण करण्यासाथी कलेच्या क्षेत्रात उडी घेतली. मला खात्री आहे, आयुष्याच्या संध्याकाळी, मृत्यूच्या समीप असतानाही त्याला मुळीच असमाधान वाटलं नसणार. आपली स्वप्नं पूर्ण करायची असतील तर त्यासाठी कधीही आणि कसलाही उशीर झालेला नसतो हे नक्की. 'जर असं झालं तर असं घडलं असतं' हे सर्वांत निराशावादी उद्‌गार आहेत.

जे लोक आपली स्वप्नं पूर्ण करण्यासाठी धडपडतात त्यांना मृत्युशय्येवर कधीच पश्चत्ताप होत नाही. त्यामुळे जे आपल्याला करावंसं वाटतं त्याचा पाठपुरावा आपण केला पाहिजे. त्यासाठी

आधी आपल्याला काय करायचं आहे हे आपल्याला माहीत हवं. मग तशी यादीच करायला घ्या. कारण केवळ मानवच भविष्यकाळासाठी छान योजना आखू शकतो.

समाधानी राहायचं असेल तर सर्वांत चांगला उपाय म्हणजे वर्तमानात जगणं, वर्तमानात असणं. रोजच्या दिवसात किमान सहा वेळा 'रिलॅक्सेशन ब्रेक' घ्या. एखादं मोठं यश किंवा मोठं पारितोषिक मिळवण्यापेक्षाही आपलं आयुष्य म्हणजे आनंदी घटनांची माळ असावी. प्रत्येक दिवशी छोट्या छोट्या गोष्टींत आनंद मिळवता आला पाहिजे.

संशोधकांनी असमाधानाची दहा कारणं शोधली आहेत-

- जास्त प्रवास न करणं.
- मित्रांचा सहवास नसणं.
- व्यायाम न करणं.
- गाठीशी पैसे नसणं.
- सिगरेट ओढणं.
- शाळेत आळशी असणं.
- करियरचा चुकीचा निर्णय.
- चुकीच्या पार्टनरबरोबर वर्ष वाया जाणं.
- निकृष्ट आहार खाणं.
- आपले आई-वडील आणि आजी-आजोबा यांच्याबरोबर चांगला संवाद नसणं.

पहिल्या सहा कारणांवर केव्हाही उपाय करता येईल. शेवटची दोन कारणंही तशी आपल्या हातात आहेत. भूतकाळातल्या काही घटना बदलता येत नसल्या तरी आतासुद्धा त्यातूनही काही नव्या संधी मिळतील का हे बघायला हवं. तुम्हाला समजा संगीतकार व्हायचं होतं, पण तुम्हाला दिवसभर अकाउंटंटचं काम करावं लागत असेल, तर तुम्ही स्वत: कुठल्या ना कुठल्या मार्गाने संगीतक्षेत्राशी जोडून घ्या. संगीतात रुची असणारे मित्र गोळा करा. एकत्र कार्यक्रमांचा आस्वाद घ्या. स्वत:चा बँड तयार करा. म्युझिक कंपनीच्या अकौंटंट्सचं काम घ्या. सेकंड

करियरचा अवश्य विचार करा. आयुष्याच्या दुसऱ्या भागात पॉल गॉगिनने जसं आवडीचं काम स्वीकारलं आणि तो प्रसिद्ध चित्रकार झाला तसं.

समाधानी आयुष्य जगण्यासाठी हे करा–

- जर तुमचा एखादा निर्णय चुकला तरी लगेच असमाधान व्यक्त करू नका. ठीक आहे, प्रत्येकाकडून चुका होत असतात. त्याचा त्रास करून घेऊ नका.

- एकच चूक पुन्हा करू नका. जर तसं झालं तर त्यातूनही शिका. हे बघा, कोणीही पूर्णपणे शहाणं नसतं आणि कोणाला फार पुढच्या गोष्टी माहीतही नसतात. आपण जास्तीत जास्त योग्य वागण्याचा प्रयत्न करायचा.

- स्वत:ला योद्धा समजा– तेही विजयी योद्धा. वाटेत जे जे काही येईल त्या अडचणींवर तुम्हालाच मात करायची आहे हे लक्षात घ्या. मग आपोआप मार्ग निघत जाईल.

- जर आपण पडलो तर काय करतो? अंगावरची धूळ झटकतो आणि पुढे चालायला लागतो. तसंच करायचं. एके ठिकाणी अडकून न पडता नव्या गोष्टी शोधा. खाली पडण्यात काहीच चूक नसतं. तिथे थांबून राहणं हे मात्र चुकीचं असतं.

- शांत असाल तेव्हा स्वत:शी बोला, स्वत:चा आवाज ऐका. तुम्ही जे काही छान केलं आहे ते साजरं करा. स्वत:ची पाठ थोपटून घ्या.

- दुसऱ्यांना कशामुळे छान वाटेल ते करा. एखादं स्मितहास्य, एखादा प्रोत्साहनाचा शब्द, एखादी छोटी पण उपयोगाची वस्तू, पैसे.

- भूतकाळ विसरून जा. वर्तमानकाळाची मजा घ्या. उद्याचा दिवस हाताशी आहेच!

❀ ❀ ❀

तुमचा ॲक्शन-प्लॅन

एकोणपन्नासावा आठवडा

२४ ते ३० नोंव्हेंबर

पाऊलखुणा सोडून जा

असं उत्तुंग जगा की काळाच्या अथांग पटलावर तुमच्या पाऊलखुणा राहिल्या पाहिजेत. झाडं लावा, मुलांना आनंदी आणि सक्षम करा. पाणी वाचवण्याच्या कामात पुढाकार घ्या. समाजाच्या प्रगतीसाठी काही करा. तुम्ही या जगात नसाल तेव्हाही इतरांना उपयुक्त ठरेल असं काही तरी करून जा. यामुळे तुमचा रोजचा दिवस बदलून जाईल आणि तुम्ही भविष्यात पोहोचाल. चांगल्या भविष्याचा विचार कराल.

आपण जगताना पुष्कळशा गोष्टी शिकून घेता; पण आपल्याबरोबरच त्या जातात, संपतात. जे आपल्यामागे आहेत त्यांच्यापर्यंत त्या पोचवणं हे आपलंच काम. अशी स्वप्नं बघा, असा दृष्टिकोन ठेवा की ज्यामुळे दुसऱ्यांना कोणत्या ना कोणत्या स्वरूपात मदत होईल.

एखादी रचना तयार करा, एखादी यंत्रणा तयार करा, व्यवस्था तयार करा. एखादं पुस्तक लिहा. एखादं सॉफ्टवेअर तयार करा. यामुळे

तुमच्या कामाचा, ज्ञानाचा, कौशल्याचा इतरांना, पुढच्या पिढ्यांनाही फायदा होईल. तुम्ही नसाल तेव्हाही तुमचं काम तुमच्याविषयी बोलत राहील.

आपणही कधी तरी आऊटडेटेड होणार आहोत याची जाणीव ठेवा. सगळं काही आपणच करायचं ठरवलं तर मनातली स्वप्नं आपल्याबरोबरच संपतील. नव्या पिढीला गोष्टी हातात घेऊ द्या. असा एक मार्गदर्शक मित्र शोधा, ज्याच्याशी तुम्ही प्रामाणिकपणे सर्व काही बोलू शकाल.

तुम्ही नसाल तेव्हाही तुम्ही प्रत्यक्षात आणलेली स्वप्नं काम करत राहतील, दुसऱ्यांना फायदा देत राहतील.

पुढच्या पिढीसाठी हे करा-

- तुमचं स्वप्न कागदावर लिहून काढा. त्यातून काय घडणं अपेक्षित आहे हेही लिहा.

- अशा गोष्टी प्रत्यक्षात उतरवण्याचा पूर्ण प्रयत्न करा. त्या पूर्ण झाल्या की त्यांच्यावर मालकी हक्क सांगत बसू नका.

- नव्या माणसांकडे ते सोपवा. त्याविषयी भारंभार सल्ले देणं टाळा. त्यांचा उत्साह कमी होईल असं काही करू नका.

- आयुष्य खूप छोटं असतं हे कायम लक्षात असू द्या.

- जग सुंदर करण्याचा तुमचा ध्यास होता. त्यासाठीच तुम्ही ही पावलं उचलली होती. तुम्ही गेल्यावरही या सर्व गोष्टी चालू राहिल्या पाहिजेत. त्यांची राख व्हायला नको.

- आपल्या स्वप्नांवर लगेच काम सुरू करा.

❀ ❀ ❀

तुमचा ॲक्शन-प्लॅन

पन्नासावा आठवडा

१ ते ७ डिसेंबर

'दिल ढूँढता है फिर वही फुरसतके रात दिन'

प्रत्येकालाच ब्रेकची गरज असते. सकाळी जेव्हा दिवसाचं नियोजन कराल तेव्हाच ब्रेक कधी घ्यायचा हे ठरवून ठेवा. दिवसभर काम उपसण्याच्या नादात स्वत:कडून फार ओझी वाहण्याची अपेक्षा करू नका. चांगलं आणि परिणामकारक काम करण्यासाठीदेखील स्वत:ला उत्साहाचे डोस अधूनमधून द्यावे लागतात हे अजिबात विसरू नका.

आनंदी होण्यासाठी अगदी वार्षिक सुटीचीच वाट बघितली पाहिजे का? अधूनमधून छोट्या सुट्ट्या घेतल्या तर काय बिघडतं? अगदी आत्ता काही मिनिटांचा ब्रेक घेतला तर काय होईल? एखादा तास संगीत ऐकण्यासाठी राखून ठेवला तर आपलाच उत्साह वाढेल. टागोरांनी म्हटलंय तसं पूर्ण पसरलेल्या पंखांना हलकासा स्पर्श केला तर आपल्यालाच छान वाटेल. एखादं छानसं पुस्तक वाचणं, एखादा सिनेमा बघणं यामुळे आपल्याला आपल्या कामाव्यतिरिक्तही

एक जग आहे याची जाणीव होईल. त्यातून आनंदच मिळतो.

सर्वांत महत्त्वाचे तुम्ही आहात... तुम्ही चालवत असलेल्या गाडीपेक्षा, तुम्ही राहता-सजवता त्या घरापेक्षा, तुमच्या बँक बॅलन्सपेक्षा, तुम्ही देशात-परदेशात सुट्टीसाठी जाण्याचं आश्वासन दिलंय त्याच्यापेक्षाही.

हे 'रिलॅक्स ब्रेक्स' एखाद्या कॉफीब्रेकसारखेच असतात. मित्रांशी गप्पा मारणं, बागेत चालणं, मुलांशी खेळणं इ. अशा छोट्या ब्रेक्सचीही नितांत आवश्यकता असते.

एखाद्या आठवड्याच्या शेवटी अशी सुट्टी घ्या. निवांत व्हा. त्या दिवशी कामाच्या धबडग्यात हरवलेल्या आपल्यातल्याच माणसाला तुम्ही पुन्हा भेटाल. नुकतीच माझी एक शाळेतली मैत्रीण लॉस एंजलिसहून आली होती. तिला एक छानशी भेट द्यायचं मी ठरवलं होतं. आमच्या वर्गातल्या २६ पैकी २२ जणांना मी शोधू शकले. आम्ही सर्वजण एकत्र भेटलो. सगळ्यांना खूपच छान वाटलं त्या दिवशी. माझ्या मैत्रीण तर म्हणाली, की आजपर्यंत मिळालेल्यांपैकी हीच सर्वांत छान भेट आहे. तुम्हीही जुन्या मित्र-मैत्रिणींना शोधा. एकत्र भेटा. त्यासाठी वेळ काढा. नाटक आवडणाऱ्यांचा गट करा. पुस्तकं-सिनेमे-चित्रकला आवडणाऱ्यांचा गट करा. त्यात सामील व्हा. हल्ली तरुण मुलं वीकेंडसाठी आवर्जून वेळ काढतात. आयुष्य हे केवळ कामाची ओझी उचलण्यासाठीच नाही तर आनंद घेण्यासाठीही असतं, हे त्यांना समजून चुकलेलं आहे असं दिसतं.

स्वतःसाठी वेळ काढायचा तर हे करा-

- एका दिवसात निदान तीनेक वेळा तरी ब्रेक घ्या.

- ताजा, ऊर्जादायी आहार घ्या.

- दुपारच्या जेवणानंतर एक चक्कर मारा.

- वातावरणातल्या विविध अफवा, राजकारण यापासून दूर राहा.

- वाचन आणि त्याद्वारा स्वतःत सुधारणा करण्यासाठी वेळ काढाच.

- दुसऱ्यांना ज्यातून फायदा मिळेल अशा उपक्रमात सहभागी व्हा.

- एखादा छंद जोपासा. कला शिका. नृत्य, वाहन चालवणं, बागकाम, सुतारकाम, चित्रकला, हौशी लोकांसाठी असलेले विविध उपक्रम.

- आपल्या जवळच्या मित्रांच्या, नातेवाइकांच्या संपर्कात राहा. त्यासाठी इंटरनेटची मदत घ्या.

❀ ❀ ❀

तुमचा ॲक्शन-प्लॅन

एक्कावन्नावा आठवडा

८ ते १४ डिसेंबर

परिपक्व आनंदाचे वृद्धत्व!

ब्रिटनमध्ये एक सर्व्हे केला होता. चाळीस वर्षे वयाच्या व्यक्तींना यात सामील करून घेतलं होतं. त्यांना विचारलं होतं, की आजपर्यंतच्या वयातलं सर्वांत आनंदी वय कोणतं होतं? यातल्या बहुतांश लोकांनी ३३ वर्ष हे वय निवडलं. हे वर्ष सर्वांत सुख-समाधानाचं होतं; आयुष्यात खूप गंमत होती, भविष्याबद्दल आशा होती, असं त्यांनी म्हटलं होतं. ६ टक्के लोकांना वाटत होतं, की ते विद्यापीठात शिकत असताना खूप आनंदी होते, तर १६ टक्के लोकांनी सांगितलं, की ते बालपणात सर्वांत जास्त खूष होते. बहुतांश लोकांनी सांगितलं, की कुटुंब आणि मित्र हाच आयुष्यातला सुखाचा ठेवा आहे. तिघांतल्या एकाने असं सांगितलं, की आनंदाचा सर्वांत मोठा झरा म्हणजे मुलं. लोकांना वाटतं, की तेहेतिसाव्या वर्षातही टीनएजमध्ये मिळवलेलं धाडस आणि उत्साह यांचा फायदा होतो.

'टाइम' या मासिकानेही असाच एक सर्व्हे घेतला होता. त्यात ८०च्या घरात असलेल्यांना अशाच प्रकारचे प्रश्न विचारले होते. ८० हे खूपच सुंदर आणि परिपक्व वय आहे. त्यांच्यातल्या

बहुतेकांनी सांगितलं होतं, की ४६ हे सर्वांत चांगलं वय आहे. या वयात खूप समाधान वाटत असतं. ८० या वयानंतर हळूहळू महत्त्वाकांक्षा कमी होत जातात आणि आहे त्या परिस्थितीचा स्वीकार करण्याकडे कल वाढतो.

जेव्हा तुम्ही संघर्ष करायचा थांबवता तेव्हाच तृप्तता, समाधान गवसायला लागते, अशा आशयाचं वाक्य एडना फर्बर यांच्या पुस्तकात वाचायला मिळालं. कदाचित आपलं वय वाढलं आहे, हे स्वीकारणं हाच एक दिलासा असावा. अमेरिकन तत्त्वज्ञ विल्यम जेम्स यांनी एक निरीक्षण मांडलं आहे, की प्रत्येक दिवस हा सुंदर वाटतो... जेव्हा तुम्ही तरुण, सुंदर, सडपातळ होण्यासाठीचे जोरदार प्रयत्न थांबवता! लवकर निवृत्त होणं हा एक छळवाद वाटतो काहींना. ज्यांना वेळेआधी निवृत्ती घ्यायची वेळ येते, किंवा नोकरी अचानक जाते, त्यांच्या मनात दुःखाची भावना घर करून बसते. कामात असणं हेच सर्वांना आवडतं. त्यामुळे समाधान मिळतं. जे लोक जास्त चिडतात, स्वतःला अपराधी समजत राहतात, चिंतेत असतात, ते खूपच असमाधानी, दुःखी असतात. जी माणसं इतरांशी चांगला संबंध ठेवतात ती सर्वांत आनंदी असतात.

खरं तर अभ्यासात असं दिसून आलंय, की माणसं अठराव्या वर्षापेक्षा ८५ या वयात जास्त आनंदी असतात. अभ्यासामधल्या एका निरीक्षणाकडे लक्ष वेधून घ्यावंसं वाटतं. हे निरीक्षण आहे स्त्रियांविषयीचं. स्त्रिया या पुरुषांपेक्षा जास्त असमाधानी, तणावाखाली असतात. मुलं लहान असतात तेव्हा, त्यांच्या हातात चांगली नोकरी/व्यवसाय नसतो, किंवा आयुष्यातल्या महत्त्वाच्या गोष्टींना एकटीलाच सामोरं जावं लागतं तेव्हा त्या जास्त काळजीत असतात. ऐंशीच्या घरातल्या व्यक्तींना निद्रानाशाची थोडीफार समस्या असते. स्त्रियांमध्ये साधारण मध्यमवयापासूनच निद्रानाशाची सुरुवात होते असं दिसतं. पण एकूण आयुष्य आनंदात गेलं का, असं विचारलं तर 'हो' असं त्यांचं उत्तर असतं. तसंच वयाशी आनंदाचा काही थेट संबंध असतो असं त्यांना वाटत नाही.

मॉरिस चेव्हालिअर म्हणतो, की 'वृद्धत्व हे काही फार वाईट नसतं. विशेषतः जर तुम्ही पर्यायांचा विचार करून ठेवलात तर नाहीच.' आयुष्य म्हणजे काही सूर्याच्या झगझगीत प्रकाशाकडून मृत्युदरीकडे केलेली वाटचाल नाही. उलट, ते एक 'यू' आकाराचं वळण असतं. साधारणपणे पन्नाशीच्या आसपास तुम्ही पुन्हा वरच्या दिशेने आनंदाकडे-सुखसमाधानाकडे प्रवास सुरू करता.

जेव्हा माणसं अठरा वर्षांनंतर प्रौढावस्थेत येतात तेव्हा ती बऱ्यापैकी आनंदी असतात. तिथून मध्यमवयाकडे जाताना तो संघर्षाचा काळ असतो. हा संघर्ष बहुतांशी प्रत्येकाला करावा लागतो. पण आश्चर्याची गोष्ट त्यानंतर सुरू होते.

जसजसं वय वाढतं तसतशी आयुष्यभर खजिन्यासारखी जपलेली एकेक गोष्ट गमवायला सुरुवात होते. शारीरिक ऊर्जा, बौद्धिक क्षमता.. पण आयुष्यभर ज्याच्या शोधात ते होते ते मात्र मिळतं – सुख आणि समाधान!

एकदा तीस वर्षांच्या व्यक्तींचा एक गट आणि सत्तर वर्षांच्या व्यक्तींचा एक गट अशा दोघांना आनंदी असण्याविषयी प्रश्न विचारले, तेव्हा सत्तरीचा गट जास्त आनंदी आहे असा निष्कर्ष निघाला. हा अभ्यास ७२ देशांमध्ये केला होता. असं दिसतं, की पन्नाशी ओलांडली की माणसं जास्त सुखी होतात. या वयात ती मृत्यूच्या जवळ चाललेली असतात, वर्तमानकाळाचा खराखुरा आनंद उपभोगतात, म्हणून असं असेल का? अर्थतज्ज्ञांसाठी ही कदाचित महत्त्वाची बातमी असेल. कारण वृद्ध व्यक्तींचा 'कार्य' क्षमतेसाठी काहीच उपयोग नाही असं ते मानतात ना!

वाढतं वय आनंदी करण्यासाठी हे करा–

- शब्दकोडी सोडवा.
- कॉम्प्युटर प्रशिक्षणासारखा एखादा कोर्स निवडा. शिका. यामुळे आपल्याला नवीन कौशल्यं प्राप्त होतील.
- आठवड्यातून चार वेळा डार्क चॉकलेट खा.
- रोज कुटुंबीयांशी, मित्रांशी बोला. चांगल्या, वेगळ्या, मनाला तरतरी देणाऱ्या विषयांवर बोला.
- रोज निदान दोनेक तास घराबाहेर घालवा.
- खळखळून हसा.
- जे विसरता येत नाही, जे माफ करता आलं नाही ते विसरा आणि माफही करा.
- एखादं काम स्वीकारा. त्याचे पैसे मिळाले नाही तरी चालतील. कामात स्वतःला गुंतवून घ्या.
- वर्तमानकाळात राहा. मजेत राहा.

❀ ❀ ❀

तुमचा ॲक्शन-प्लॅन

बावन्नावा आठवडा

१५ ते २१ डिसेंबर

नव्या वर्षाचा संकल्प

नव्या वर्षाचा संकल्प करण्याची वेळ आली आहे. मात्र, संकल्प करताना जरा विचार करा. उगाच 'मी तिरुपतीला जाऊन माझ्या मुलाचे केस दान करून येईन' अशा प्रकारचा संकल्प नको. असा संकल्प करा जो तुम्ही प्रत्यक्ष कृतीत आणू शकाल. आपल्या आयुष्यात असे चार भाग असतात : वैयक्तिक, कौटुंबिक, व्यावसायिक आणि सामाजिक. इथे बदलाची गरज असते. त्यामुळे या विषयांशी संबंधित संकल्प करू शकता.

ज्यावर आपला आणि आपलाच प्रभाव असतो ते क्षेत्र म्हणजे वैयक्तिक. मला असे लोक माहिती आहेत ज्यांनी सिगरेट सोडण्याचा संकल्प केला. कारण सिगरेट न ओढण्याने सातेक वर्षांचं आयुष्य वाचतं. पण महिन्याभराच्या आत हा संकल्प मोडला. एक वर्षभर तरी जी गोष्ट पाळता येऊ शकेल असाच संकल्प करा. माझ्या मित्र-मैत्रिणींनी केलेले आणि पार पाडलेले काही संकल्प इथे दिले आहेत.

वैयक्तिक

- मी रोज वीस मिनिटं चालेन आणि नियमित व्यायाम करेन.

- प्रत्येक दिवस हा साजरा करायचा असतो. मी रोज असं काही तरी करेन जे मी कधीच केलं नाही.

- माझ्या तोंडात काय चाललंय यावर मी लक्ष ठेवेन आणि तोंडातून काय बाहेर पडतंय हेही काळजीपूर्वक बघेन. माझे शब्द गोड असतील, पण याचा अर्थ असा नाही की मी रोज काही तरी 'गोडाधोडा'चं खाल्लं पाहिजे!

कौटुंबिक

- सेलफोन आणि लॅपटॉप बंद ठेवून मी आठवड्यातून एक दिवस कुटुंबीयांशी बोलेन. वीकेंड्सनाही कुटुंबासोबत वेळ घालवेन.

- वर्षातून एकदा कुटुंबासोबत सहलीला जाईन.

- माझ्या अन्य कुटुंबीयांची हालहवाल जाणून घेण्यासाठी आणि त्यांच्या संपर्कात राहण्यासाठी नियमित नेट वापरीन.

व्यावसायिक

- माझ्या कार्यक्षेत्रात उपयोगी पडेल असं एक कौशल्य मी शिकून घेईन.

- माझ्या कार्यक्षेत्रातल्या तरुण मुलामुलींना मी 'युक्तीच्या चार गोष्टी' सांगेन, त्यांना प्रोत्साहन देईन आणि त्यांच्याकडून काही शिकेन.

सामाजिक

- माझ्या जुन्या मित्र-मैत्रिणींच्या संपर्कात राहीन. महिन्यातून एकदा तरी त्यांना भेटेन.

- ज्यात मला मोबदला मिळाला नाही तरी चालेल अशी मी प्रत्येक महिन्यात कोणाला तरी मदत करेन.

- रोजच्या कामातून वेळ काढून किमान पाच गोष्टी अशा करेन ज्यातून मला आनंद मिळेल.

काही मित्र-मैत्रिणी किंवा कुटुंबीय यांनी एकत्र येऊनही काही संकल्प करता येतील.

उदा. वजन घटवणं. 'वेट वॉचर्स इंटरनॅशनल' आणि 'अल्कोहोलिक्स अनॉनिमस' यांनी असं सिद्ध करून दाखवलंय, की जेव्हा आपल्या आधाराला समान ध्येय असणारे अनेकजण असतात तेव्हा इच्छित कार्यात यश लवकर मिळतं. मात्र, हेही लक्षात घ्या, की असे संकल्प एकमेकांवर फारच अवलंबून असतील तर पार पाडायला कठीण जातं. विशेषत: त्यातले काहीजण त्यासाठी फारसे उत्सुक नसतील तर.

आपला संकल्प कुटुंब आणि मित्र-मैत्रिणींसमोर जाहीर करावा. त्यामुळे तो पार पाडण्याची बांधिलकी येते.

तुम्ही एखादा संकल्प का करताय याबद्दल तुमच्या मनात स्पष्टता असणं खूप आवश्यक आहे. दर आठवड्याला किंवा महिन्याला भेटून तुम्ही संकल्प पार पाडताय ना याबद्दल त्यांना जरूर माहिती द्या.

संकल्प सिद्धीस नेण्यासाठी हे करा–
- सतत तो संकल्प तुमच्या नजरेसमोर असावा.
- तुम्ही त्या संकल्पापर्यंत गेलात की नाही हे रोजच्या रोज बघा.
- आपण आपल्या संकल्पात मिळवलेलं यश दुसऱ्यांना अवश्य सांगा, तसंच त्याबद्दल स्वत:ला बक्षीसही द्या.
- अनेकदा अपयश आलं तरी मार्गावरून ढळू नका. चालत राहा.

अनेक संकल्प सुरू केल्यावर वाटायला लागतं की यात काही बदल करायला हवा आहे. मात्र, हे लक्षात घ्या, की जर तुम्ही एखादी गोष्ट सलग चाळीस दिवस केलीत तरी आयुष्यभरासाठी ती सवय लागू शकते.

जादूगाराच्या हातात वेगवेगळ्या रंगांचे चेंडू असतात. ते चेंडू तो एकापाठोपाठ

झेलत असतो, उडवत असतो. पुन्हा झेलतो, पुन्हा उडवतो. तसेच आपलं वैयक्तिक आयुष्य, कौटुंबिक आयुष्य, व्यावसायिक आयुष्य आणि सामाजिक आयुष्य हे चार चेंडू आहेत. आपल्याला जादूगाराच्या भूमिकेत जायचंय आणि या चारही चेंडूंना समान न्याय द्यायचाय. एखादा चेंडू पडला तर खेळातली गंमत जाईल आणि समान न्याय दिला तर हा खेळ व्यवस्थित चालू राहील. खेळ छान चालू राहणं महत्त्वाचं!

❀ ❀ ❀

तुमचा ॲक्शन-प्लॅन

ऋणनिर्देश

'एशियन एज' आणि 'डेक्कन क्रॉनिकल' यात प्रसिद्ध झालेली लेखमाला 'सेल्फ डीकोडर' यावर हे पुस्तक आधारित आहे. 'एशियन एज' मधील सर्व मित्रांची मी आभारी आहे. त्यांच्या प्रोत्साहनामुळेच गेली दोन वर्षे मी हे लेख लिहू शकले. सौम्या भाटिया यांचा ह्या पुस्तकाच्या लेखनात मोलाचा आधार होता. तसेच मला सतत स्फूर्ती देणाऱ्या श्रीमती रूपा सरकार, 'द एशियन एज'च्या फीचर्स एडिटर यांचे आभार मानू इच्छिते.

रूपा पब्लिकेशनच्या रितू वाजपेयी-मोहन, ऊर्मी भट्टाचार्य, मैथिली दोशी-आफळे, आणि प्रिया कुरियन यांच्यामुळे खरं तर या पुस्तकाची निर्मिती शक्य झाली, त्यामुळे त्यांचे मनापासून आभार. सर्वांत शेवटी, या पुस्तकाच्या निर्मितीत रस घेतला याबद्दल कपीश मेहरा यांचे आभार.

www.ingramcontent.com/pod-product-compliance
Lightning Source LLC
Chambersburg PA
CBHW031119030726
47496CB00002BA/604
* 9 7 8 9 3 8 5 6 6 5 0 8 0 *